Di Sản Tư Duy

Csilla Phan

Di Sản Tư Duy

Ấn Bản Lần Thứ Hai

Được xuất bản bởi The Legacy Works

Một thương hiệu của Xuan Trang Creative and Investments Ltd

Xuất bản lần đầu vào năm 2024

Ấn bản này được phát hành năm 2026

Thiết kế bìa: Csilla Phan

In tại Việt Nam

ISBN: 978-1-9194393-2-7

Tác phẩm này được xuất bản bằng tiếng Anh và tiếng Việt.

www.csillaphan.com

letters.csillaphan@proton.me

Đôi Lời Từ Dịch Giả

Khi lần đầu đọc Legacy of Thought, tôi không có cảm giác mình đang đọc một cuốn sách. Tôi có cảm giác mình đang ngồi xuống, lắng nghe ai đó kể về những gì họ thấy khi nhìn vào chính mình. Không triết lý cao siêu, không định nghĩa đúng sai, chỉ là những suy tư thô mộc của một người trẻ đang cố gắng hiểu về chiếc lồng mà cô ấy nhận ra mình đang ở trong đó.

Csilla Phan mang dòng máu Việt xa xứ, lớn lên giữa hai nền văn hóa, từng loay hoay tìm kiếm danh tính của mình trong một thế giới dường như luôn muốn định nghĩa cô ấy trước khi cô ấy kịp tự định nghĩa chính mình. Có lẽ chính vì thế mà những trang viết của cô ấy lại chạm được vào những góc khuất mà nhiều người trong chúng ta đang mang theo nhưng chưa biết gọi tên.

Thế hệ trẻ hôm nay có đầy đủ mọi nguồn lực bên ngoài để bước tới. Nhưng cũng chính thế hệ ấy lại dễ rơi vào hoang mang, mỏng manh và nhạy cảm với chính nội tại của mình. Giữa một xã hội xoay chuyển không ngừng, những giá trị cũ không phải lúc nào cũng đứng vững, còn những giá trị mới đôi khi lại gây hoang mang nhiều hơn là soi sáng. Trong bối cảnh ấy, khả năng nhìn vào bên trong, hiểu mình trước khi hiểu người, trở thành một cứu cánh lặng lẽ mà mạnh mẽ.

Legacy of Thought không giống một tấm bản đồ chỉ đường. Nó giống một dòng nước nhỏ đang tìm về biển lớn. Nó mời ta ngồi lại, quan sát dòng chảy của chính những suy nghĩ mình, để rồi nhận ra rằng ta không cô đơn trong những câu hỏi ta đang mang. Khi ta thấy ta, ta cũng đang thấy người. Khi ta hiểu chiếc lồng của mình, ta cũng bắt đầu hiểu vì sao người khác đang sống trong chiếc lồng của họ.

Cuốn sách này không rao giảng. Nó chỉ mời ta nhìn. Và đôi khi, chỉ cần nhìn thấy đã là bước đầu tiên của mọi chuyển hóa.

Tôi xin gửi lời tri ân sâu sắc đến Csilla Phan, người đã dũng cảm đặt những suy tư của mình lên trang giấy và tin tưởng giao phó chúng cho tôi chuyển ngữ. Tôi hy vọng bản dịch này sẽ trở thành người bạn đồng hành, giúp bạn đọc soi sáng và hiểu rõ hơn về chính mình.

Lara Nguyễn

Tháng 3, 2026

Mục Lục

Lời Mở Đầu

Cuốn sách này là một cuộc hành trình xuyên qua những tầng sâu thẳm nhất của tâm trí tôi, nơi tôi cảm nhận và lý giải thế giới quanh mình. Khi dám lặn sâu vào những mặt đối lập ngay trong chính bản thể, ta sẽ nhìn cuộc đời rõ nét hơn, và trồi lên với nhận thức thấu đáo hơn về bản thân lẫn vạn vật. Đó là cuộc hành trình chữa lành, trưởng thành và chuyển hóa sâu sắc, là hành trình đón nhận muôn nẻo đường mà ta đi để chạm đến chân trời thấu hiểu. Xuyên suốt cuốn sách, bạn sẽ nhận ra dấu ấn của nhiều tiếng nói, nhiều góc nhìn khác nhau. Trong số đó, tiếng nói để lại ấn tượng sâu đậm nhất chính là của Daniel, người bạn của tôi đến từ Singapore. Qua sợi dây gắn kết giữa chúng tôi, một chân lý hiện rõ:

trải nghiệm con người luôn giao hòa với nhau, bất kể khoảng cách địa lý có xa xôi đến đâu. Chính nét phong phú về văn hóa ấy đã thêm vào từng lớp chiều sâu cho những bài học và câu chuyện được sẻ chia nơi đây. Từ những chiêm nghiệm của bạn bè khắp nơi trên thế giới, tôi muốn dệt nên một tấm lưới trí tuệ phản chiếu nhân tính chung của tất cả chúng ta. Tôi xin mời bạn, bạn đọc thân mến, hãy suy tư, hãy rung cảm, và hãy khám phá từng ý tưởng trong khi đọc.

Daniel Tay là bạn của tôi, một người bạn mà tôi chưa từng gặp mặt ngoài đời, vậy mà ảnh hưởng của anh đối với cuộc sống tôi thì không thể phủ nhận. Chúng tôi lần đầu biết tới nhau là vào năm 2021, khi tôi phỏng vấn anh để hoàn thành luận văn của mình. Với vai trò Trưởng Bộ Phận Châu Á tại công ty nơi tôi thực tập trong suốt một năm, Daniel mang đến cho tôi không chỉ những câu trả lời, mà còn cả một tầm nhìn rộng mở, được hun đúc qua hàng thập kỷ dẫn dắt và lãnh đạo.

Tinh thần cởi mở và nét tò mò chân thành của anh hiện rõ ngay từ buổi đầu, cho tôi thấy anh là người luôn đón nhận sự trưởng thành và ham học hỏi. Bị cuốn hút, tôi chủ động liên lạc qua LinkedIn để thăm dò xem anh có muốn tiếp tục câu chuyện của chúng tôi, và biết đâu, trở thành bạn bè. Tình bạn không ai ngờ tới ấy đã bắt đầu như thế.

Và rồi vào năm 2025, sau chuyến đạp xe xuyên Thổ Nhĩ Kỳ, tôi cuối cùng cũng đã đến Singapore để gặp anh. Khoảnh khắc đứng trước mặt Daniel và gia đình anh, bắt tay và cảm nhận hơi ấm của sự hiện diện thực sự, tất cả những năm tháng kết nối qua màn hình bỗng kết tinh thành điều gì đó còn sâu sắc hơn. Cuộc gặp gỡ ấy khẳng định điều tôi vẫn luôn biết trong lòng: kết nối chân thật vượt qua mọi khoảng cách, và có những tình bạn được định sẵn sẽ định hình ta bất kể địa lý.

Trí tuệ của Daniel không chỉ đến từ kinh nghiệm nghề nghiệp mà còn bắt nguồn từ cách anh dấn thân trọn vẹn vào cuộc sống. Anh có một khả năng đặc biệt: thu nhặt ý tưởng từ mọi ngõ ngách trên thế giới, chưng cất chúng thành những gì tinh giản nhất, rồi biến chúng thành bài học có thể áp dụng ngay. Suốt ba năm quen biết, anh thường nhận xét rằng cách suy nghĩ của tôi và anh giống nhau đến lạ, và tôi cũng cảm nhận rằng mỗi cuộc trò chuyện đều khơi dậy sức mạnh trưởng thành ở cả hai phía. Dường như chúng tôi là một phần của cuộc đối thoại lớn lao hơn, không ngừng tiếp diễn, và vì lẽ đó, lòng biết ơn trong tôi là vô tận.

Tôi Trước Khi Gặp Daniel

Trước khi gặp Daniel, tôi lạc lối, loay hoay tìm kiếm bản sắc giữa một thế giới dường như quyết tâm định nghĩa tôi thay cho chính tôi. Là thế hệ nhập cư thứ hai, tôi vật lộn với những kỳ vọng của xã hội, cố uốn nắn bản thân theo đủ hình đủ dạng, khi thì tẩy trắng da để trông có vẻ châu Á hơn, khi thì cố hòa mình vào cộng đồng người da trắng. Suy nghĩ của tôi bị giam hãm trong những khuôn khổ chật hẹp mà xã hội đặt ra, và mục tiêu duy nhất khi ấy chỉ đơn giản là tốt nghiệp.

Nhưng rồi, khi bắt đầu trò chuyện cùng Daniel, có thứ gì đó bên trong tôi chuyển mình. Cách tư duy và những chiêm nghiệm của anh thu hút tôi, dần dần tái định hình lối suy nghĩ mà bấy lâu tôi coi là duy nhất. Tôi bắt đầu nhìn xa hơn lề thói quen thuộc và nhận ra tầm quan trọng của con đường do chính mình khai phá.

Ảnh hưởng của Daniel chính là chất xúc tác cho cuộc chuyển hóa trong cách tôi nhìn cuộc đời và đối diện với thử thách.

Trong buổi phỏng vấn ấy, anh không bày tỏ hết hiểu biết của mình, nhưng tôi nhận ra cách anh suy nghĩ khác biệt đến nhường nào. Tôi chưa bao giờ đặt câu hỏi nguồn cội trí tuệ của anh đến từ đâu, cũng giống như bản thân tôi, người không có bằng cấp chứng chỉ nào để chứng minh cho những suy tư của mình, mà chỉ có trải nghiệm sống, thứ tôi trân quý vô cùng.

Cuốn sách này là cách tôi tri ân Daniel, là cách tôi sẻ chia vô vàn bài học mà anh đã trao cho tôi qua những cuộc trò chuyện giản dị mà thâm sâu nhất. Anh có một thiên phú đặc biệt: biến những gì phức tạp trở nên gần gũi, nhìn thấy trí tuệ ẩn mình trong từng khoảnh khắc đời thường. Tôi khao khát mang trong mình phong thái thanh nhã ấy, và trên nhiều phương diện, tôi đã làm được, nhờ sợi dây kết nối giữa chúng tôi.

Cảm ơn Internet!

Bản Chất Của Trí Tuệ

"100% trí tuệ đến từ bạn. Khi nó rời khỏi tôi, nó trở thành của bạn. Bạn biến nó thành của riêng mình." Như Michel Foucault đã lý giải, diễn ngôn chính là giao tiếp, là một bài nói, một phát ngôn mà khi đã thốt ra, có thể bị diễn giải và bóp méo theo muôn cách. Một bài diễn thuyết tuyệt vời có thể bị xuyên tạc, đánh mất ý nghĩa ban đầu, rồi được dùng cho mục đích tốt lẫn xấu, chẳng khác nào kinh sách tôn giáo từng bị lợi dụng để biện minh cho chiến tranh. Khi Daniel cất lời, anh buông bỏ quyền kiểm soát đối với lời của mình. Bạn tiếp nhận lời ấy, biến nó thành vũ khí của bạn, thành tri thức của riêng bạn. Tôi nói theo cách của tôi, bạn nói theo cách của bạn, tất cả cùng đổ vào dòng chảy tri thức chung. Mọi thứ ta nhìn thấy và nghe thấy đều tác động lên ta, không ngừng nhào nặn và tái tạo cách ta hiểu về thế giới.

Khoảnh khắc một ý niệm rời khỏi bạn, nó trở thành tài sản chung, để bất kỳ ai cũng có thể đón nhận. Đôi khi chỉ cần bắt gặp một hình ảnh ngoài đường phố cũng đủ xoay chuyển cả cuộc đời. Không ai có thể nhận trọn công lao cho bất cứ thành tựu nào của mình; chưa từng có ai thành công trong cô độc. Tất cả những gì ta làm được chỉ là truyền đủ cảm hứng để người khác tự mình bước đi.

Cuốn sách này là minh chứng cho sức mạnh của trí tuệ được sẻ chia, cho ảnh hưởng sâu xa mà một con người có thể gieo vào cuộc đời người khác. Tôi hy vọng rằng qua từng trang sách, bạn cũng sẽ tìm thấy nguồn cảm hứng, động lực và lòng can đảm để nhìn thế giới bằng đôi mắt mới, bằng một tâm thế hoàn toàn khác, hệt như cái cách mà Daniel đã khơi gợi trong tôi.

Chương 1:

Những Góc Nhìn Về Cuộc Sống Và Sự Hiện Hữu

Câu Hỏi Về Chiếc Lồng

Hãy hình dung bạn đang ở trong một chiếc lồng. Tuy nhiên, bạn không phải con người, mà là một loài vật.

1. Hãy cho tôi biết loài vật đầu tiên xuất hiện trong tâm trí bạn.

2. Hãy mô tả chiếc lồng ấy chi tiết nhất có thể.

Chiếc lồng mở ra một cánh cửa sổ để ta nhìn sâu vào chính mình, nhìn vào những giới hạn của ta, và những quy tắc bất thành văn đang âm thầm chi phối đời sống. Con vật tượng trưng cho bản chất thô mộc, chưa qua lọc lựa của con người ta, còn chiếc lồng đại diện cho những cấu trúc bên ngoài do xã hội, gia đình, hay chính tâm trí ta áp đặt, những thứ mà ta cho rằng đang giam giữ mình. Bài tập này phơi bày mối quan hệ giữa con người và những giới hạn mà họ tự cảm nhận, đồng thời cũng là một cách để hiểu người khác sâu hơn. Hãy chia sẻ suy nghĩ của bạn về con vật mà họ chọn, rồi tiếp tục hỏi thêm chi tiết. Sàn nhà màu gì? Góc lồng có gì? Hãy hiểu chiếc lồng của họ trông ra sao.

Khi được yêu cầu mô tả con vật mình chọn, con người ta vô thức hé lộ cảm xúc thật, hé lộ cách họ nhìn nhận những ràng buộc quanh mình và khả năng tự do còn tiềm ẩn. Họ kể mà không hề hay biết mình đang kể, cứ thế tuôn ra một cách tự nhiên, bất ngờ đến giải giáp mọi lớp phòng vệ. Có người thấy mình như con bò tót đang gầm gừ giận dữ, rướn mình vào những chấn song. Người khác lại hình dung mình là chim, không thể tưởng tượng nổi chiếc lồng, mà chỉ thấy đó là một căn phòng rộng mở nơi họ có thể bay lượn và đón nhận những góc nhìn mới. Thật ra, giữa chiếc lồng và con vật, ranh giới không hề tồn tại, bởi những giới hạn mà ta tưởng mình thấy, những ràng buộc mà ta cảm nhận, về bản chất đều gắn liền với cốt lõi con người ta. Chiếc lồng không phải một thế lực bên ngoài giam cầm ta; nó là phần kéo dài của con vật, của chính ta, là hiện thân cho cách ta cảm nhận thế giới và vị trí của mình trong đó. Với một số người, những chấn song dày đặc và kiên cố tượng trưng cho niềm tin ăn sâu bám rễ, cho nỗi sợ hay những kỳ vọng xã hội tưởng chừng không thể phá vỡ. Với người khác, chiếc lồng mong manh đến mức khó nhận ra, tựa một lớp cành khô mỏng tang, chỉ cần đẩy nhẹ là đổ sụp, nếu họ nhận ra sức mạnh vốn có của mình.

Những ai đã bị xã hội đồng hóa hoàn toàn sẽ không nhìn thấy chiếc lồng; họ chìm đắm trong ảo ảnh đến mức không còn nhận ra bất kỳ ranh giới nào.

Ta không thể nào thoải mái ở khắp mọi nơi. Những người không thấy chiếc lồng, những người tưởng mình tự do, thường lại là những người bị giam cầm sâu nhất. Họ sống mà không đặt câu hỏi, không chống lại những rào cản vô hình mà họ đã hấp thụ từ thế giới xung quanh. Đồng hóa đến tận gốc rễ vào những kỳ vọng và chuẩn mực xã hội, họ không hề hay biết mình đang ở trong lồng. Với họ, chiếc lồng đã hòa lẫn, không thể phân biệt với chính thế giới mà họ đang sống.

Nhìn thấy chiếc lồng, cảm nhận được những chấn song, đó chính là bước đầu tiên trên con đường đến tự do. Bởi khi nhận ra ranh giới, ta tự trao cho mình quyền năng để tái định nghĩa chúng. Daniel nhìn mình là một con rồng nằm yên. Chiếc lồng của anh được kết từ những cành cây mỏng manh đến mức chỉ cần con rồng cựa mình, cả chiếc lồng sẽ đổ sập. Một thanh kiếm xuyên qua lồng, giữ anh cố định tại chỗ. Anh ví von rằng mình đã cống hiến trọn đời cho gia đình, nơi toàn bộ tiềm năng và sức mạnh được cất giữ trong trạng thái ngủ yên một cách có chủ đích, không được khai phá hết.

Chiếc lồng của anh cho tôi thấy cách anh cảm nhận về giới hạn của chính mình: một lớp giam cầm mong manh và hời hợt. Cành cây vốn yếu ớt, dễ dàng bẻ gãy. Với tôi, hình ảnh ấy cho thấy những rào cản của anh không thực chắc chắn, hoàn toàn có thể vượt qua mà chẳng cần nhiều nỗ lực. Đó là giới hạn tự đặt, chứ không phải giới hạn thật. Còn thanh kiếm kia chính là ý thức mãnh liệt về bổn phận và trách nhiệm, neo giữ anh tại chỗ.

Ngày Daniel lần đầu đặt câu hỏi này cho tôi, tôi thấy con hổ của mình dữ dội và mạnh mẽ, bị nhốt trong cấu trúc giống như vườn thú. Những chấn song dày đặc, kiên cố, chỉ chừa vừa đủ không gian để đi vòng tròn. Trần lồng cao vút đến mức con hổ không thể nhìn thấy đỉnh, khiến nó cứ mãi tự hỏi liệu có lối thoát nào hay không.

Tôi luôn đồng nhất mình với hình ảnh con hổ. Lớn lên ở một đất nước khác biệt với cội nguồn huyết thống, tôi thường xuyên cảm thấy áp lực phải hòa nhập, bám víu vào bất cứ thứ gì khiến tôi cảm thấy mình thuộc về xã hội xung quanh. Đó là những nỗ lực tuyệt vọng để được chấp nhận, để được hòa tan vào đám đông.

Giữa những khuôn khổ chật hẹp ấy, tôi đã trở nên kiên cường và mạnh mẽ. Tôi thích có không gian riêng và cảm giác an toàn khi ở trong đó. Khả năng thích nghi mà tôi rèn luyện được gợi nhắc hình ảnh một con mèo lớn, uyển chuyển mà vững vàng. Hổ nổi tiếng khó lường, nhanh nhạy trong những quyết định dứt khoát. Tương tự, cảm xúc của tôi có lúc bùng lên mãnh liệt, nhưng cũng có khi tĩnh lặng và ổn định, tựa một gã khổng lồ trầm mặc. Trong hổ có sức mạnh hoang dã, nhưng cũng có nét thanh nhã. Chính chỗ giao hòa ấy là nơi niềm tự tin của tôi trú ngụ.

Câu hỏi đặt ra không phải chiếc lồng có tồn tại hay không, mà là liệu ta có hiểu nó đúng bản chất hay không. Con hổ, con rồng, con chim, tất cả đều là những khía cạnh của bản thân ta, phản ánh cách ta di chuyển trong cuộc đời, cách ta nhìn nhận sức mạnh của mình, và cách ta đối mặt với những giới hạn mà ta tự cảm nhận. Nhưng chiếc lồng cũng là một phần của ta. Đó là tạo tác của tâm trí, được dựng nên từ niềm tin về thế giới và vị trí của ta trong đó. Khi hiểu rằng chiếc lồng do chính ta tạo ra, ta có thể bắt đầu nhào nặn nó, uốn cong nó, và cuối cùng bước xuyên qua nó với sức mạnh của tỉnh thức: rằng ta chưa bao giờ thực sự bị giam cầm.

Không có thế giới nào nằm ngoài ta. Mọi trải nghiệm đều là phản chiếu của chính những suy nghĩ, nhận thức và niềm tin bên trong. Chiếc lồng không phải do xã hội áp đặt, cũng không bị thế lực bên ngoài nào ép buộc lên ta. Nó chính là ta. Thế giới, như ta vẫn biết, là một kiến tạo của tâm trí. Khi ta thay đổi tâm, ta thay đổi cả thế giới. Những giới hạn mà ta cảm nhận thường chỉ là ảo ảnh, là cấu trúc không có quyền năng nào đối với ta, trừ khi ta chọn tin vào chúng. Ta chọn chiếc lồng của mình, và trong lựa chọn ấy, ta cũng đồng thời chọn luôn chìa khóa dẫn đến tự do.

Nghĩa là ta vừa là kiến trúc sư của những giới hạn, vừa là người kiến tạo nên tự do cho chính mình. Thế giới bên ngoài không tách biệt khỏi ta mà là phần mở rộng của cảnh quan nội tâm. Những ranh giới ta đặt lên bản thân chính là phản ánh những ranh giới ta đặt lên thế giới. Muốn nhìn thế giới khác đi, muốn mở rộng chân trời, trước hết ta phải mở rộng tầm thấu hiểu về chính mình.

Nhưng cũng như chiếc lồng có thể là biểu tượng của giam cầm, nó cũng có thể là biểu tượng của chuyển hóa. Chiếc lồng, thoạt nhìn tưởng là ràng buộc trói chặt, lại có thể tiến hóa thành một chốn an trú, không chỉ giúp ta tồn tại theo một cách nhất định, mà còn che chở và dẫn lối cho ta giữa muôn vàn ngả rẽ.

Chiếc lồng không phải thứ để sợ hãi. Nó là thứ để thấu hiểu. Và ngay trong lòng thấu hiểu ấy, chìa khóa dẫn đến tự do đã nằm sẵn?

Thấu Hiểu Thực Tại Và Nhận Thức

Công nghệ ngày càng tiến xa, một thực tại mới không ngừng hiện hình, và cùng với nó, con người dần mất kết nối với thế giới hữu hình, chắc chắn mà ta từng biết. Thực tế ảo, thực tế tăng cường và giao tiếp số đã làm thay đổi tận gốc cách ta tương tác với môi trường xung quanh lẫn với nhau. Những bước tiến ấy tuy mở rộng phạm vi trải nghiệm và mang đến những cách kết nối mới mẻ, nhưng đồng thời cũng xóa nhòa ranh giới giữa cái thực sự "có thật" và cái chỉ tồn tại trong thế giới số, trong cõi nhân tạo.

Bạn quen biết bao nhiêu người, so với tất cả những con người đang sống trên thế giới này? Trải nghiệm của nhân loại rộng lớn đến nhường nào?

Ai sở hữu điện thoại? Chúng ta là một tiểu vũ trụ phản chiếu những khuôn mẫu của xã hội rộng lớn hơn. Dù phụ thuộc vào công nghệ và truyền thông, tầm hiểu biết của ta về thế giới vẫn bị giới hạn trong những tương tác và nhận thức cá nhân. Ta thường xây dựng ấn tượng về thế giới mà không thực sự hiểu những con người sống trong đó, và cứ thế củng cố thêm ý niệm rằng thế giới ta tưởng đang tồn tại thực chất chỉ là thế giới ta tự dựng lên trong đầu. Tầm vóc của thế giới này vượt xa mọi thước đo! Vậy mà ta cứ ngỡ mình hiểu biết gì đó chỉ nhờ xem TV và YouTube.

Tất cả chúng ta đều đang ngước nhìn cùng một bầu trời, nhưng cách diễn giải lại khác nhau tùy vào trải nghiệm và những mối quan hệ của mỗi người. Ta có gì chung với mọi sinh linh? Ta có gì chung với gió?

Liệu các nguyên tố, cũng giống như ta, có cần tồn tại để sống còn? Khi gió ngừng thổi, liệu gió có buồn như ta?

Cánh tay là một phần của tôi, nhưng trái tim mới là cốt lõi của tôi. Tôi có thể sống mà thiếu một chân, nhưng không thể sống thiếu trái tim. Vậy thử hỏi: bạn có thể sống mà thiếu chính mình không? Mỗi phần trong con người bạn đều hòa quyện không thể tách rời, và bàn luận xem phần nào "có thể bỏ đi" là hiểu sai hoàn toàn bản chất của sự toàn vẹn. Từng khía cạnh của bạn, cả thể xác lẫn tinh thần, đều góp phần tạo nên con người độc nhất mà bạn đang là.

Ta thường thấy mình tách biệt khỏi sự vật. Nhưng chiếc ly trên bàn cà phê kia chẳng nằm "bên ngoài" bạn hơn so với các cơ quan nằm "bên trong" bạn. Góc nhìn của Alan Watts về không gian và vật thể đã chỉ ra rằng nếu không có khoảng trống giữa vạn vật, không gì có thể tồn tại như một thực thể riêng biệt. Những ranh giới mà ta nhận thức giữa bản thân và thế giới bên ngoài thực ra mềm mại, linh động hơn ta tưởng rất nhiều. Những vật thể mà ta cho là tách biệt khỏi mình, trong thực tế, đều là một phần của cùng một dòng chảy hiện hữu liên tục. Khi nhận ra mình là một phần của tổng thể lớn lao hơn, ta bắt đầu hành xử với nhiều thấu cảm và suy xét hơn, bởi hiểu rằng làm tổn thương người khác rốt cuộc cũng là tự làm tổn thương mình. Ta là một phần của vạn vật, và khi thấu hiểu chân lý ấy, ta sẽ chăm sóc vạn vật tốt hơn.

Mọi thứ quanh ta đều nhào nặn ta, tác động lên ta và góp phần kiến tạo nên con người ta. Không khí ta hít thở, thức ăn ta tiêu hóa, những cuộc giao tiếp ta trải qua, tất cả đều ảnh hưởng đến trạng thái bên trong. Ta không thể có mặt ở khoảnh khắc này theo bất kỳ cách nào khác ngoài đúng lúc này, đúng giây phút hiện tại, với tất cả những gì ta ý thức được và đồng thời tất cả những gì ta không hề hay biết.

Hơn nữa, trải nghiệm và tương tác không ngừng kiến tạo nên bản sắc và nhận thức của ta. Mỗi cuộc trò chuyện, mỗi mẩu thông tin ta tiếp nhận, mỗi trải nghiệm ta đi qua đều góp thêm vào cảm thức về bản ngã đang không ngừng tiến hóa. Bản sắc của ta không phải thứ gì tĩnh tại mà là cuộc giao thoa liên tục giữa những ảnh hưởng từ bên trong và bên ngoài.

Dẫu thiên nhiên có vẻ thờ ơ trước từng kiếp sống riêng lẻ, mỗi người trong chúng ta tự thân đã là một vũ trụ, phức tạp và có trật tự chẳng kém gì các vì sao. Cai quản vũ trụ của riêng mình, tâm trí, thể xác và tinh thần, không hề kém phần trọng đại chỉ vì quy mô nhỏ hơn. Tầm quan trọng của ta không bị giảm sút bởi kích thước, mà được đo bằng phẩm chất của cuộc sống ta đang sống, chiều sâu của những suy tư, và tình yêu ta trao đi cùng đón nhận.

Ta học hỏi qua trải nghiệm, nhưng liệu một người không ngừng suy tưởng có thể cũng đạt đến cùng những sở học ấy hay không? Mỗi trải nghiệm phụ thuộc vào mức độ bạn mở rộng tầm mắt đến đâu. Từ những thứ tầm thường nhất, bạn cũng có thể học được rất nhiều, miễn là bạn chú tâm. Đồng thời, dù bạn có đang ở một hành tinh khác, nếu đôi mắt nhắm nghiền, bạn sẽ chẳng học được gì. Bạn đang ở đâu trong vũ trụ không quan trọng, bởi ngay trong chính nơi ấy đã tồn tại vô số chân lý. Có thể có rất nhiều chân lý, và rồi bạn có thể gom tất cả những gì mình biết lại thành một.

Không phải ai cũng có thể trở thành phi hành gia, nhưng tất cả chúng ta đều có thể vươn tới một góc nhìn toàn cầu. Bạn không cần phải đi khắp nơi mới thấy được mạng lưới liên kết giữa cuộc sống và tri thức. Cũng như phi hành gia nhìn Trái Đất như một chỉnh thể thống nhất, ta cũng có thể mở rộng nhận thức bằng cách nhận ra vô số chân lý đang hiện diện quanh mình. Chìa khóa nằm ở chỗ luôn mở mắt, luôn tỉnh thức và sẵn lòng học hỏi từ mọi trải nghiệm, dù bình thường đến đâu. Khi làm được như vậy, ta hòa nhập những góc nhìn khác nhau và kiến tạo nên một tầm hiểu biết phong phú, toàn diện hơn về thế giới và vị trí của mình trong đó.

Tuy nhiên, có một chân lý mang tính phổ quát: giả định rằng chỉ tồn tại duy nhất một vũ trụ. Tại sao quyền quyết định lại thuộc về bạn? Những câu hỏi này không nhằm để được trả lời. Liệu có một cách duy nhất đúng để làm mọi thứ? Bạn tiến gần đến chỗ trở thành robot: người bán hàng hoàn hảo, nhân viên hoàn hảo. Dường như chỉ có hai lựa chọn: giết chóc hay lừa lọc, đối lập với cái gì đó nhân văn hơn:

đúng hay sai. Nhưng bạn luôn đang tinh chỉnh, không ngừng...

Nơi hoàn hảo để đến là Sao Mộc hay Sao Hỏa? Không, chỉ có Trái Đất. Được rồi, vậy thì đáy đại dương trên Trái Đất thì sao? Cũng không. Vậy thì, loại nơi chốn nào? Một nơi dành cho phụ nữ? Một người phụ nữ châu Á?

Làm sao mà bạn lại đặt ra được những câu hỏi như vậy?

Phân loại và tinh lọc chính là cách con người tìm cách hiểu thế giới. Ta phân chia khu rừng thành cây cối, lá, động vật và nhiều thứ khác. Trong thực tế, khu rừng là một chỉnh thể không thể chia cắt, bao gồm cả những yếu tố mà ta có lẽ không xếp vào phạm trù "rừng", chẳng hạn như không khí và đất. Tương tự, ta phân loại cảm xúc, nhưng cảm xúc không cứng nhắc như cách ta hiểu về chúng. Chúng hòa trộn và chồng lấn lên nhau, giống như cây cối trong rừng tạo nên một hệ sinh thái phức tạp, đan xen mật thiết.

Cũng như ta phân chia các hiện tượng tự nhiên thành những phạm trù gọn ghẽ, ta cũng làm y hệt với những màu sắc mà ta tin rằng mình đã "sáng tạo" ra. Mọi màu sắc ta có thể tưởng tượng, thực chất, đều được vay mượn từ bảng màu vô tận của tự nhiên. Những gam màu rực rỡ mà ta sử dụng, dù trong nghệ thuật, thiết kế hay công nghệ, tất cả đều được lấy cảm hứng từ thế giới tự nhiên. Cũng như khu rừng, tự nhiên đã bày sẵn toàn bộ quang phổ cho ta. Cái mà ta thường gọi là sáng tạo, kỳ thực, chỉ là cách ta phiên dịch và sắp xếp lại những gì vốn đã luôn hiện hữu. Dù công nghệ có tiến xa đến đâu, tự nhiên vẫn mãi là nguồn sáng tạo tối thượng, không ngừng trao cho ta nguồn cảm hứng mà ta chỉ có thể cố gắng tái định hình.

Cách phân loại của ta còn mở rộng sang cả ngôn ngữ và con số. Ta tìm kiếm khuôn mẫu và đặt ra quy tắc để thế giới trở nên nhất quán. Toán học là một ví dụ tiêu biểu. Đó là hệ thống do ta tạo ra, nơi ta luôn có thể tìm thấy đáp án đúng trong khuôn khổ những quy tắc do chính mình thiết lập. Chính nhờ đó mà cảm giác trật tự và khả năng dự đoán trong cách ta hiểu về vũ trụ được củng cố. Ta lập ra những quy tắc ấy để kiến tạo nên một thực tại mà trong đó ta luôn đúng, qua đó củng cố thêm tầm hiểu biết và khả năng kiểm soát thế giới xung quanh.

Khái niệm về không gian và địa điểm, được xác lập bởi tường vách và biên giới, thách thức cách ta hiểu về đất đai và quyền sở hữu. Lối tiếp cận có cấu trúc này tương phản gay gắt với thế giới tự nhiên, nơi khái niệm sở hữu và biên giới hoàn toàn không tồn tại. Chim muông, muôn thú và cả gió đều không nhận ra những đường kẻ mà con người vạch trên bản đồ. Chẳng hạn, loài chim di cư xuyên lục địa, theo những hành trình đã tồn tại hàng nghìn năm. Chúng vượt những khoảng cách bao la, băng qua các lãnh thổ mà không cần xin phép, cũng chẳng gặp phải chướng ngại vật nào như tường rào hay hàng rào.

Ta dựng lên tường vách và hàng rào, đánh dấu đất đai và tạo ra những vùng bao hàm lẫn loại trừ. Những rào cản vật lý ấy không chỉ đơn thuần là ranh giới; chúng tượng trưng cho khát khao kiểm soát và chiếm hữu từng mảnh đất. Tuy nhiên, quyền kiểm soát ấy chỉ là ảo ảnh.

Đất liền, bầu trời và biển cả tồn tại vượt xa mọi giới hạn mà ta dựng lên. Cảm giác sở hữu của ta là một cấu trúc do con người tạo ra, chứ không phải quy luật của tự nhiên.

Liệu ranh giới có thực sự khiến ta an toàn hơn, hay

chúng đang bó hẹp nhận thức và kết nối của ta với thế giới xung quanh? Thế giới tự nhiên phát triển mạnh mẽ nhờ tính kết nối và cân bằng, những nguyên lý thường xuyên bị phá vỡ bởi các phân chia do con người áp đặt.

Ta tiêu tốn biết bao năng lượng để cố định nghĩa mọi thứ, xếp từng phần cuộc sống vào các ô "tốt", "xấu", "thích", "không thích". Nhưng nếu những chiếc hộp ấy thực ra không hề tồn tại thì sao? Nếu, thay vì chạy theo những nhãn mác hay cố sắp xếp mớ hỗn độn của cuộc đời, ta chỉ đơn giản cho phép mình trôi theo dòng chảy của nó thì sao?

Thời gian là một ví dụ hoàn hảo. Ta chia ngày thành "giờ làm", "giờ riêng", "giờ cho gia đình", như thể chúng là những thực tại tách biệt, riêng rẽ. Nhưng tất cả chỉ là những khoảnh khắc đang trôi qua, dù ta đang ngồi bên bàn làm việc, bên người thân, hay chỉ ngồi một mình. Khi ngừng ép bản thân vào những khung thời gian cứng nhắc và chỉ đơn giản là sống, ranh giới thời gian sẽ mờ đi. Không phải bạn đánh mất chính mình, mà ngược lại, bạn kết nối sâu hơn với con người thật của mình trong từng khoảnh khắc. Bạn luôn hiện diện, luôn tồn tại.

Chấp nhận chân lý ấy thật khó khăn, bởi xã hội luôn đẩy ta về phía đối lập và cực đoan. Nhưng cuộc sống thực ra không vận hành theo cách đó. Tri thức là tri thức. Công việc là công việc. Những khái niệm ấy không cần phải cạnh tranh hay bị tách ra thành những góc riêng biệt. Chúng đều là một phần của cùng dòng chảy mà ta đang trôi theo, một phần của chỉnh thể lớn lao hơn mà ta không cần phải xé nhỏ.

Khi ngừng ép bản thân vào những khuôn khổ cứng nhắc và chấp nhận rằng mọi thứ đơn giản là đang hiện hữu, ta sẽ tìm thấy một sự bình an sâu thẳm hơn.

Suy nghĩ và những gì ta sáng tạo chỉ là phần mở rộng của bản thể, chứ không phải toàn bộ con người ta. Ta cần nhớ rằng những khái niệm ta dựng nên là công cụ để khám phá, không phải rào chắn cho cuộc sống. Ta thường trói buộc bản sắc của mình vào những khái niệm ta tạo ra, quên mất rằng chúng chỉ là biểu hiện của một khoảnh khắc trong thời gian, thoáng qua và vô thường. Nhưng ta, trong cốt lõi, lớn lao hơn rất nhiều so với những gì ta tạo ra. Ta là nguồn cội, là giếng sâu chứa đầy tiềm năng vô tận, và khả năng tiến hóa của ta vượt xa bất kỳ suy nghĩ hay ý tưởng đơn lẻ nào. Không gì ta tạo ra có thể vượt qua sự vĩ đại của chính sự hiện hữu, bởi sự hiện hữu ấy tự thân đã là vô biên. Ta cần tiếp cận những suy nghĩ và ý tưởng của mình bằng sự khiêm cung và lòng kinh ngạc, trân quý chúng đúng với bản chất: những công cụ để khám phá, chứ không phải thước đo giá trị của ta.

Ta luôn được phơi mình trước khái niệm vô cực. Hãy ngước lên! Bầu trời chính là vô cực, ngay đây, ở khắp nơi! Vậy mà ta lại muốn tập trung vào con số, thống kê và những khía cạnh có thể đo đếm của cuộc sống, bỏ qua những hiện tượng vô biên và không thể giải thích cũng đang nhào nặn nên sự hiện hữu của ta. Vô cực bao bọc ta theo muôn vàn cách. Bầu trời bao la, những khả năng vô tận trong tâm trí, chiều sâu thăm thẳm của cảm xúc, tất cả đều là những khía cạnh của vô cực mà ta có thể chạm vào. Dù con số và phép đo có chỗ đứng riêng trong hành trình hiểu thế giới, chúng chỉ đơn thuần là công cụ phục vụ nhu cầu về trật tự và lý giải.

Hãy nghĩ về những vì sao trên bầu trời đêm. Mỗi ngôi sao là một mặt trời, với hệ hành tinh riêng và tiềm năng sống riêng. Số lượng sao vượt xa khả năng đếm của ta, nhưng ta vẫn có thể chiêm ngưỡng vẻ đẹp của chúng và rung động trước cảm giác kỳ diệu mà chúng khơi gợi. Cảm thức về vô cực ấy cũng có thể áp dụng vào cuộc sống. Tiềm năng, sức sáng tạo và khả năng yêu thương của ta không bị giới hạn bởi con số hay phép đo. Chúng vô tận, như bầu trời phía trên ta.

Ta là tự nhiên. Ta là tình yêu. Tự nhiên phản chiếu mọi thứ về cuộc sống bởi nó chính là cuộc sống. Tự nhiên không phải thứ gì tách biệt khỏi ta, dù ta thường cố vạch ra ranh giới ấy. Ta có xu hướng phân loại tự nhiên thành ngoài trời, thành thế giới hoang dã gồm muông thú, cây cối, gió, nhưng như vậy thì ta ở đâu? Chẳng lẽ ta không phải một phần của nó? Trong nhà, sau những bức tường ta dựng lên, bao quanh bởi những thứ ta chế tạo, ta tự thuyết phục mình rằng mình bằng cách nào đó đứng ngoài thế giới tự nhiên. Nhưng đó chỉ là một cấu trúc nữa, một định nghĩa mà ta bám víu. Ta nói "đó là tự nhiên", nhưng câu nói ấy có ý nghĩa gì khi chính ta đang nhào nặn phần lớn những gì bao quanh mình? Ta tạo ra quy tắc, luật lệ, kỳ vọng, nhưng không gì trong số đó thay đổi được cốt lõi con người ta. Về bản chất, ta chẳng khác gì muông thú hay cỏ cây. Ta tuân theo nhịp điệu của sự sống, lên rồi xuống, mùa đi rồi mùa đến, dù ta có ý thức hay không. Cách tự nhiên thích nghi, cách tự nhiên biết khi nào cần uốn mình và khi nào cần đứng vững, phản chiếu rất nhiều những gì ta trải nghiệm, ngay cả trong những khoảnh khắc mang đậm tính người nhất. Ta thích nghĩ rằng mình đã thoát ra khỏi vòng quay ấy, nhưng thực ra ta vẫn chịu chung những chu kỳ, cùng một dòng chảy. Những bài học về kiên nhẫn, về sức bền bỉ, về buông bỏ hiện diện khắp quanh ta, trong cách cây trút lá, trong cách dòng sông bào mòn đường đi qua năm tháng. Tự nhiên không vội vã, nhưng cũng chẳng bao giờ đứng yên. Cũng vậy, ta luôn chuyển động, luôn lớn lên, luôn biến đổi, ngay cả khi ta không nhận ra. Nên khi nghĩ về tự nhiên, tôi không thấy đó là thứ gì để ngắm nhìn từ bên ngoài. Tự nhiên không phải nơi tôi ghé thăm. Nó là tấm gương phản chiếu tất cả những gì tôi đã biết sâu trong đáy lòng: rằng ta không tách biệt khỏi nó. Ta đang sống trong nó mỗi ngày, dù đang ở giữa trời mở hay bao bọc bởi bốn bức tường. Những quy tắc ta tuân theo, những hệ thống ta dựng lên, chỉ là một cách khác để diễn giải những gì vốn đã có sẵn. Cuối cùng, chính ta là ý nghĩa mà ta đang kiếm tìm, đã hòa quyện từ lâu với vạn vật quanh mình.

Daniel từng kể cho tôi nghe về ý nghĩa cuộc đời, sau một ngày ngồi trên bãi biển, cố gắng "tìm ra đáp án." Và đây là những gì anh ngộ ra: Ý nghĩa của đời anh là sống. Đơn giản vậy thôi. Nếu có thứ gì hay ho hơn để làm, thì với bản tính con người, chắc chắn chúng ta đã làm rồi. Nếu bóng tối và hư vô của cái chết thực sự tốt đẹp hơn, chắc chắn chúng ta cũng đã chọn nó từ lâu rồi.

Douglas Adams từng tưởng tượng ra một chủng tộc ngoài hành tinh thông minh đến mức họ tạo ra một siêu máy tính lớn bằng cả hành tinh, chỉ để hỏi nó những câu hỏi lớn nhất của cuộc đời. Tại sao chúng ta tồn tại? Vũ trụ này là gì? Siêu máy tính tắt nguồn, tính toán suốt một trăm năm. Khi nó trở lại, câu trả lời là: 42. Chỉ vậy thôi sao?

Nhưng có lẽ câu hỏi đáng suy ngẫm hơn là: Tại sao bạn lại hỏi câu đó ngay từ đầu?

Rồi siêu máy tính ấy tạo ra một máy tính khác, đặt tên là Trái Đất. Loài người bên trong chính là một phần của chương trình, được thiết kế để khám phá cuộc sống.

Câu trả lời không bao giờ là thứ bạn thực sự tìm

kiếm. Không kết luận nào đủ thỏa mãn cả. Thử nghĩ mà xem: nếu có phép dịch chuyển tức thời, thì du lịch còn gì thú vị nữa? Hai mặt của một đồng xu là vậy. Chính cuộc hành trình, với tất cả những câu hỏi và trải nghiệm dọc đường, mới là nơi ta thực sự học hỏi và trưởng thành. Chưa bao giờ đích đến là điều quan trọng nhất. Quan trọng là ta hiểu được quá trình, nếm trải được những gì xảy ra trên đường đi. Cũng như vậy, chính cuộc tìm kiếm ý nghĩa, chứ không phải đáp án, mới là tinh túy đích thực của kiếp người.

Cuộc sống có quá nhiều thứ để trao tặng. Một món quà cứ trao mãi, trao mãi không ngừng. Nỗi buồn sâu thẳm nhất rồi sẽ khiến niềm vui rực rỡ nhất thêm phần ngọt ngào. Mỗi trải nghiệm, dù hân hoan hay đau khổ, đều mang theo một món quà: một góc nhìn mới. Những thử thách ta đối mặt sẽ nhào nặn nên con người ta, dạy ta những bài học mà những ngày êm đềm không bao giờ dạy nổi. Chúng tôi luyện tính cách, làm sâu thêm sự thấu hiểu, mở rộng khả năng đồng cảm với người khác. Mỗi lần vượt qua một thử thách, tầm nhìn ta lại trong hơn, ta thấy rõ hơn điều gì thực sự quan trọng, và khả năng nếm trải niềm vui của ta cũng lớn thêm. Bạn có thể tô điểm cuộc đời mình bằng bao nhiêu sắc màu tùy thích. Bằng những con người, những trải nghiệm, và vô vàn niềm vui mà cuộc sống mang lại. Mọi thứ trong đời đều có thể được sống trọn vẹn nhất, nếu bạn để nó chiếm trọn khoảnh khắc hiện tại. Dù đó là một bữa ăn, một phút giây buồn bã, hay niềm hạnh phúc được người thân chăm sóc sau ca phẫu thuật. Sự hiện diện và sợi dây gắn kết được tạo nên từ những lúc cùng nhau vượt khó, đó mới là thứ bạn mang theo khi rời đi.

Ý nghĩa không phải thứ vũ trụ trao sẵn cho ta. Ý nghĩa là thứ ta tự tạo ra. Có thể vũ trụ này chẳng có mục đích cố hữu nào, nhưng điều đó không có nghĩa cuộc đời ta không thể tràn đầy ý nghĩa. Tìm kiếm niềm vui, kết nối với người khác, theo đuổi mục đích trong những gì ta yêu thương và những người ta chia sẻ cuộc sống cùng, tất cả đều nằm trong tay ta.

Tôi có thật không, hay tôi chỉ đang nghĩ rằng mình có thật? Thực tại đích thực được cấu thành từ những gì? Và trong thực tại ấy, tôi là ai? Những mối quan hệ trên mạng có thật không? Hay chúng chỉ là những con số 0 và 1 trong máy tính, truyền thông tin qua lại giữa tôi và bạn? Tôi quen biết Daniel, mối quan hệ ấy có thật không, hay đó chỉ là một lớp tương tác số hóa nữa mà thôi? Bản chất của một mối quan hệ không hề bị suy giảm vì phương tiện kết nối. Nó chỉ đơn giản là thích nghi với bối cảnh mà nó tồn tại.

Nếu một cái cây đổ xuống giữa rừng sâu và không ai nghe thấy, liệu nó có tạo ra âm thanh? Nếu đó là một hiện tượng không ai quan sát được thì sao? Tương tự, Con Mèo Của Schrödinger, một thí nghiệm tưởng tượng trong cơ học lượng tử, đặt ra giả thuyết rằng cho đến khi có người quan sát, con mèo trong chiếc hộp chứa chất độc vừa sống vừa chết cùng một lúc. Thí nghiệm này nhấn mạnh vai trò của người quan sát trong việc định đoạt trạng thái của thực tại.

Hãy hiểu rằng nhận thức của bạn có thể không phải là bức tranh toàn cảnh. Nhận thức của chúng ta bị giới hạn và được định hình bởi giác quan, trải nghiệm, và hoàn cảnh mà ta đang sống. Bởi vậy, thực tại có thể được xem như một trải nghiệm chủ quan, chịu ảnh hưởng từ sự hiện diện và góc nhìn của người quan sát.

Có một thời tôi tin rằng ai cũng nhìn thế giới theo những cách tương tự nhau. Dù có khác biệt, tôi nghĩ chúng ta vẫn chia sẻ một bộ nhận thức nền tảng giống nhau. Nhưng rồi tôi nhận ra mình đã lầm. Mỗi người, dù có vẻ giống bạn đến đâu, đều mang theo một lăng kính riêng để nhìn và bước đi trong thế giới này. Khi gặp ai đó không đồng ý với bạn, đừng xem đó là bức tường để va đập. Hãy xem đó là cánh cửa mở ra sự mênh mông của trải nghiệm con người. Khác biệt không nhất thiết phải chia rẽ chúng ta. Ngược lại, chính những khác biệt ấy có thể giúp ta hiểu thế giới này rộng lớn đến nhường nào. Càng cố gắng hiểu góc nhìn của người khác, thế giới của bạn càng mở rộng. Và trong sự mở rộng ấy, bạn bắt đầu bắc cầu nối, xây dựng nên một điều gì đó lớn hơn những gì mỗi người có thể làm một mình. Thế giới chính là những gì hiện hữu qua vô số lăng kính của người khác, mỗi lăng kính cho thấy một phiên bản mới của cùng một sự thật.

Nếu không hiểu về thời gian, nhận thức của ta về thực tại sẽ không trọn vẹn. Thời gian kiến tạo và ảnh hưởng đến sự tồn tại của ta như thế nào? Hãy cùng thách thức chiếc đồng hồ.

Thời Gian Và Sự Tồn Tại

Hãy sống theo những cột mốc của riêng mình, thay vì những cột mốc xã hội áp đặt. Cột mốc cuộc đời nên giống như cành cây tỏa ra nhiều hướng, chứ không phải những bậc thang xếp thẳng hàng. Mãi mãi cũng chẳng dài lắm đâu, chừng bảy mươi năm là cùng. Thời gian là có hạn. Nếu không có gì tồn tại vĩnh viễn, thì điều gì mới thực sự quan trọng?

Thời gian không tồn tại. Đó chỉ là một khái niệm do con người nghĩ ra. Tâm trí ta không thể nắm bắt mọi thứ cùng một lúc, nên ta cần thời gian để sắp xếp, để hiểu. Nếu không có thời gian, mọi sự đối lập cũng sẽ tan biến. Không còn chiếc lồng thời gian, mọi thứ sẽ ở khắp nơi, cùng một lúc. Và đến lúc ấy, ta mới nhận ra chiếc lồng thực sự lớn đến nhường nào. Chiếc lồng chính là thời gian, và nó lớn hơn bạn tưởng rất nhiều.

Con người có thể cảm nhận rõ những giới hạn vật lý, nhưng lại chật vật khi cố hình ra dung vũ trụ mà không có thời gian. Tâm trí ta không chịu nổi những bức tường hay rào cản vô hình như thế.

Khi bạn nhìn sự vật từ một tầm cao hơn, phổ quát và căn bản hơn, mùa lễ hội sẽ không còn cảm giác như xưa nữa. Lịch Gregory chẳng hạn, ban đầu chỉ có mười tháng. Sau đó người ta thêm tháng Mười Một và tháng Mười Hai, một phần là để gắn với khái niệm sinh nhật. Sự thay đổi này cho thấy cảm nhận của chúng ta về thời gian tùy tiện và mang tính "bịa đặt" đến mức nào. Cứ mỗi 365 ngày lại là sinh nhật của bạn, nhưng tại sao nó phải bị chi phối bởi một thứ vừa mang tính phổ quát vừa do con người tự dựng lên?

Trở thành một người phụ nữ trưởng thành có ý nghĩa hơn bất kỳ ngày sinh nhật nào, bởi đó là dấu hiệu của sự chuyển hóa thực sự trong cơ thể. Mỗi người phát triển với tốc độ và thời điểm khác nhau, đâu nhất thiết phải ăn mừng theo lịch. Hãy ăn mừng những sự kiện thay vì những khoảng thời gian định sẵn. Thời điểm gắn với sự kiện mới là điều đáng kể. Nhận ra rằng có điều gì đó đáng ăn mừng mới là quan trọng. Được đi du lịch trở lại sau bao ngày, thoát khỏi COVID, đó mới là lý do để mở tiệc. Còn Năm Mới ư? Thường chỉ là cái cớ để quên đi quá khứ.

Các hiện tượng tự nhiên không tuân theo lịch trình thời gian nào cả.

Daniel không thích những thứ chạy theo thời gian.

Tại sao bạn vui sướng đến thế chỉ vì đổi một con số năm? Con người, trong nỗ lực hiểu thế giới, đã dựng lên những cột mốc dựa trên thời gian để tạo ra trật tự và ý nghĩa. Nhưng những cấu trúc này, dù hữu ích cho việc tổ chức cuộc sống, không phải là thực tại tối hậu.

Lấy Tết Nguyên Đán làm ví dụ. Nhiều nền văn hóa ăn mừng ngày này dựa trên chu kỳ mặt trăng, chứ không theo lịch dương. Một cách đánh dấu thời gian hoàn toàn khác với hệ thống Gregory. Trong tiếng Hungary, cách người ta nói về thời gian cũng cho thấy sự linh hoạt này. Cụm từ "fél hét" (nửa bảy) trong tiếng Hungary có nghĩa là 6 giờ 30 phút, một cách khái niệm hóa thời gian khác hẳn so với tiếng Anh.

Nếu thế giới không được tổ chức theo thời gian thì sao? Ta sẽ ra ngoài khi trời sáng, ăn khi đói, vui đùa khi thời tiết đẹp nhất. Bữa trưa là gì chứ? Đây chính là những viên gạch nền tảng xây nên sự tồn tại của xã hội chúng ta.

Thật mỉa mai khi ta xây dựng cả cuộc đời mình quanh một thứ, mà về bản chất, không hề tồn tại theo cách hữu hình nào. Ta đeo đồng hồ, theo dõi lịch, đặt chuông báo thức, nhưng không thứ nào trong số đó thực sự nắm bắt được tinh túy của cuộc sống. Chúng chỉ là biểu tượng, là những dấu mốc của sự chuyển động. Đồng tiền thực sự không phải là thời gian, mà là những gì ta chọn làm trong từng khoảnh khắc.

Thời gian không gây áp lực cho ta. Chính ta tự gây áp lực cho mình bên trong cái khung ấy. Ta gán giá trị cho từng giây, biến nó thành thứ tiền tệ mà ta tưởng mình có thể kiểm soát. Ta căng thẳng vì sợ lãng phí thời gian, ám ảnh với việc tiết kiệm thời gian, lo âu vì sợ hết thời gian. Nhưng thực ra, thời gian chỉ là phông nền. Nó là sân khấu, không phải vở diễn.

Làm sao bạn tiêu xài một thứ không thực sự tồn tại? Bạn sống. Bạn trải nghiệm. Bạn cảm nhận.

Thay vì xem thời gian là thứ để đo đếm, hãy thử xem nó như dòng nước mà bạn trôi theo. Như không khí quanh bạn, vô hình nhưng luôn hiện diện. Bạn không thể đánh mất hay lãng phí thời gian, bởi ngay từ đầu nó đã không phải thứ bạn sở hữu. Quan trọng không phải là giờ hay phút, mà là những khoảnh khắc. Những khoảnh khắc bạn cảm thấy mình đang thực sự sống, khi bạn kết nối sâu sắc với ai đó, hay khi bạn đơn giản tồn tại trọn vẹn trong hiện tại.

Nếu ta ngừng đối xử với thời gian như một nguồn tài nguyên có hạn, và bắt đầu xem nó như một cấu trúc mà ta có thể định hình thì sao? Nếu ta ngừng lo lắng về việc hết thời gian, và thay vào đó tập trung tạo ra những khoảnh khắc ý nghĩa thì sao? Khi ta buông mình khỏi áp lực của chiếc đồng hồ, ta cho phép mình sống chân thực hơn. Bỗng nhiên, bạn không còn thấy lãng phí thời gian khi mơ mộng, khi ngắm bầu trời, khi ngồi yên trong tĩnh lặng. Bạn chỉ đang sống, và sống là đủ rồi.

Cấu trúc thời gian sẽ luôn tồn tại, bởi xã hội cần nó để vận hành. Nhưng bạn không nhất thiết phải để nó cai trị mình. Thời gian là công cụ, không phải ông chủ. Hãy dùng nó để đánh dấu những khoảnh khắc quan trọng, nhưng đừng để nó định nghĩa bạn. Bởi vì khi mọi thứ kết thúc, bạn sẽ nhớ gì? Không phải những giờ, không phải những ngày, mà là những khoảnh khắc bạn thực sự hiện diện. Những khoảnh khắc khi thời gian, với tư cách một cấu trúc, tan biến đi, và tất cả những gì còn lại chỉ là cuộc sống, thuần khiết và giản đơn.

Dù ta xem thời gian như tiền tệ hay như một cấu trúc, tất cả đều phù du. Không gì là vĩnh cửu. Những khoảnh khắc ta cố níu giữ rồi cũng sẽ tuột khỏi tay, như mọi thứ khác trong đời. Vậy mà, có một phần trong ta luôn khao khát sự trường tồn. Ta muốn tin rằng một số thứ, như các mối quan hệ, thành tựu, ký ức, sẽ tồn tại mãi mãi. Nên ta gắn nhãn cho chúng, củng cố chúng qua sự lặp lại, như cách ta gọi chiếc xe đạp là xe đạp, ngày này qua ngày khác, cho đến khi ta coi sự tồn tại và công dụng của nó là điều hiển nhiên.

Nhưng nếu lùi lại một bước và nhìn thế giới qua một lăng kính khác, ta sẽ thấy những cái nhãn ấy, cảm giác trường tồn ấy, chỉ là ảo ảnh. Chiếc xe đạp có thể dễ dàng trở thành cái ghế, hoặc một tác phẩm điêu khắc, hoặc thứ gì đó hoàn toàn khác. Vai trò của nó, cũng như mọi thứ xung quanh ta, vốn linh động và luôn biến đổi. Sự trường tồn ta bám víu chỉ là trò đùa của tâm trí, một cách để ta tự an ủi trong một thế giới vô thường.

Loài vật không bận tâm đến sự trường tồn. Chúng sống trong hiện tại, đắm mình trọn vẹn trong từng khoảnh khắc. Chúng không gắn nhãn cho sự vật, không bám víu vào cảm giác sở hữu hay ổn định. Và theo một cách nào đó, ta có thể học hỏi từ chúng. Cuộc vật lộn với sự trường tồn chi phối phần lớn kiếp người, nhưng có lẽ không nhất thiết phải như vậy. Có lẽ vẻ đẹp nằm ở chỗ đón nhận sự phù du của vạn vật, hiểu rằng không gì tồn tại mãi mãi, và điều đó hoàn toàn ổn. Chính vì thế mà mỗi khoảnh khắc, mỗi trải nghiệm, mỗi cuộc gặp gỡ đều trở nên quý giá đến vậy.

Khi ta tiến gần đến cuối đời, những nỗ lực ấy dường như ngày càng ít quan trọng. Ta bắt đầu đặt câu hỏi về ý nghĩa đích thực của sự tồn tại. Ta nhận ra rằng ý nghĩa của cuộc sống không đến từ việc níu giữ mọi thứ, mà đến từ việc buông tay. Từ việc hiện diện trong hiện tại. Từ việc sống trọn vẹn, không cần gắn nhãn hay giam giữ khoảnh khắc. Bởi vì cuối cùng, điều quan trọng không phải là sự trường tồn của sự vật, mà là chiều sâu của cuộc đời ta đã sống, ngay giữa bản chất tạm bợ của vạn vật.

Mãn Nguyện Và Hạnh Phúc

Mãn nguyện là trạng thái cao nhất mà con người có thể chạm tới. Còn hạnh phúc ư? Hạnh phúc chỉ là một đợt sóng dâng trào, nhanh và gấp, như cảm giác phấn khích khi vừa mua được món đồ ưng ý. Rồi sóng tan. Rồi ta lại ngóng chờ đợt sóng kế tiếp. Nhưng cuộc sống đâu nằm ở những đỉnh cao chớp nhoáng ấy. Cuộc sống diễn ra ngay tại đây, trong không gian ta đang hiện diện lúc này. Không phải lần sau. Mà là bây giờ. Bây giờ vừa trôi qua. Bây giờ, một lần nữa, lại vừa trôi qua. Khoảnh khắc hiện tại, vừa chạm tới đã vụt mất. Mọi thứ khác đều lơ lửng, phù du, không bền. Thứ neo giữ bạn chính là những gì bạn chọn làm tiếp theo, là cách bạn đón nhận từng khoảnh khắc đang trôi. Mãn nguyện đến từ việc nhận ra những điều tốt đẹp đã sẵn có trong đời mình, dù nhỏ bé đến đâu.

Mãn nguyện không mua được bằng tiền. Bạn đã có sẵn mọi thứ cần thiết để được mãn nguyện rồi. Vấn đề chỉ nằm ở cách bạn nhìn nhận chúng mà thôi. Thử hỏi: có thứ gì trên đời này bạn có thể mua mà tạo ra được sự mãn nguyện và hạnh phúc lâu dài? Sự thật là, mãn nguyện không đến từ tích lũy, mà đến từ trân trọng những gì đang có. Khi ta giảm bớt đồ đạc, ta dành được nhiều tâm trí hơn cho những thứ thực sự mang lại giá trị. Sống có chủ đích nghĩa là cân nhắc kỹ lưỡng trước khi đưa bất cứ thứ gì vào đời mình.

Cảm giác về giá trị bản thân của chúng ta thường trú ngụ trong những món đồ ta thích mua cho mình. Ta sống trong một xã hội tiêu dùng, nơi của cải vật chất thường được đánh đồng với thành công và hạnh phúc. Nhưng lối tư duy này dẫn ta vào một vòng xoáy không có điểm dừng: ham muốn rồi bất mãn, bất mãn rồi lại ham muốn.

Thế giới trong nhà phát triển mạnh nhờ điều này. Càng sở hữu nhiều, ta càng cảm thấy an toàn. Nhưng sự giàu có đích thực không đến từ việc sở hữu. Nó đến từ trải nghiệm, từ việc bước ra khỏi vùng an toàn và ôm lấy cuộc sống ở dạng thô sơ nhất.

Thế giới trong nhà, với những tiện nghi dễ đoán và cảm giác an toàn quen thuộc, mãi mãi lu mờ trước vẻ đẹp hoang sơ, bất ngờ của cuộc phiêu lưu thực thụ. Một cuộc đời được lên kế hoạch sẵn, an toàn và kiểm soát được, quả là hấp dẫn. Nó hứa hẹn sự chắc chắn. Nhưng trong sự chắc chắn ấy, ta đánh mất một thứ: sự bất ngờ của đời sống, sự phong phú của những trải nghiệm chỉ đến khi ta dám bước vào miền chưa biết. Cuộc phiêu lưu thực sự chỉ bắt đầu khi bạn rời khỏi những không gian đã được sắp đặt, vượt ra ngoài những lối mòn đã được vạch sẵn, và để cuộc đời làm bạn ngỡ ngàng.

Ngoài kia, không có kịch bản định trước, không có kết quả bảo đảm. Có thể bạn sẽ lạc đường. Có thể bạn sẽ vấp ngã. Nhưng đó chính là nơi ta lớn lên. Không khí trong lành hơn, rủi ro cao hơn, và những khoảnh khắc ấy là của riêng bạn để nắm giữ. Thế giới trong nhà sẽ luôn chờ đợi, êm ái và bất biến. Nhưng cuộc phiêu lưu vĩ đại? Nó chỉ thoáng qua. Và chính vì thế, nó mới thật.

Người ta thường nghĩ hạnh phúc chóng tàn. Nhưng khi gắn liền với lòng biết ơn, hạnh phúc trở thành thứ gì đó bền bỉ hơn nhiều. Biết ơn làm sắc bén sự tỉnh thức của bạn với hiện tại. Khi thực hành biết ơn, bạn khám phá sự viên mãn sâu hơn, bởi bạn nhận ra sự giàu có ẩn chứa trong từng giây phút đang trôi. Cuộc sống là bây giờ, không phải mai sau. Mỗi khoảnh khắc đều chứa đựng điều gì đó đáng để biết ơn, nếu ta chịu dừng lại một giây để nhận ra. Biết ơn biến những khoảnh khắc bình thường thành phi thường, nhắc ta rằng luôn có điều gì đó đáng trân quý. Mỗi lần thực hành biết ơn, bạn chuyển hướng tầm nhìn: từ những gì đang thiếu sang những gì đã có sẵn. Biết ơn tỏa ra bên ngoài, ảnh hưởng đến năng lượng ta mang vào thế giới. Nó phản chiếu qua cách ta nói, cách ta hành động, cách ta đối mặt với thử thách. Biết ơn neo ta vào sự mãn nguyện, giúp ta linh hoạt hơn, bình an hơn, kiên cường hơn.

Sự viên mãn đích thực mang tính cá nhân sâu sắc. Nó được nhào nặn không chỉ bởi hành động, mà còn bởi lăng kính ta dùng để nhìn đời: điều gì neo giữ ta, điều gì thôi thúc ta.

Daniel tin rằng có ba kiểu người:

1. Người hướng đến thành tựu
2. Người theo đuổi quyền lực
3. Người đặt trọng tâm vào kết nối

Giàu có trong cuộc sống nghĩa là gì với bạn? Giàu thành tựu? Giàu quyền lực? Hay giàu tình bạn?

Với một số người, sự giàu có được đo bằng thành tựu. Họ đặt ra những mục tiêu đầy tham vọng và tìm thấy sự thỏa mãn khi chinh phục chúng. Động lực của họ là những cột mốc cá nhân, thành công nghề nghiệp, và hành trình theo đuổi sự xuất sắc. Mỗi cột mốc đạt được lại bồi đắp thêm cảm giác viên mãn và giá trị bản thân.

Với những người khác, quyền lực mới là thước đo tối thượng của sự giàu có. Những nhà lý luận về quyền lực như Daniel nhìn thế giới qua lăng kính ảnh hưởng và kiểm soát. Họ chơi cuộc chơi bằng cách điều hướng khéo léo trong những luật lệ do người nắm quyền đặt ra. Sự thỏa mãn của họ đến từ khả năng định hình kết quả, dẫn dắt người khác, và thực thi thẩm quyền. Góc nhìn của Daniel gắn liền với tư duy bá quyền.

Rồi có những người tìm thấy sự giàu có trong chiều sâu của các mối quan hệ. Là một người đặt trọng tâm vào kết nối, tôi tìm thấy niềm vui trong những sợi dây gắn bó mình tạo dựng. Tình bạn và các mối quan hệ chính là đồng tiền hạnh phúc của tôi. Những tương tác ý nghĩa, những sợi dây cảm xúc tôi dệt nên mang đến chiều sâu và sự viên mãn cho cuộc đời tôi. Với tôi, giàu có nghĩa là có một mạng lưới những người thân yêu luôn nâng đỡ, truyền cảm hứng, và mang niềm vui đến cho mình. Từ khi hiểu ra điều này, một dòng chảy đều đặn những con người mới đã bước vào đời tôi, khiến tôi cảm thấy mình là người giàu có nhất trên đời.

Dù tôi chủ yếu tìm thấy sự giàu có trong các mối quan hệ, tôi vẫn thừa nhận giá trị của thành tựu và quyền lực. Thành tựu đánh dấu sự tiến bộ và trưởng thành. Còn quyền lực và ảnh hưởng có thể là công cụ để tạo ra thay đổi tích cực.

Ngày xưa, tôi từng đánh đồng tự do với khả năng làm bất cứ điều gì mình muốn, bất cứ lúc nào mình muốn. Tự do, tôi nghĩ, gắn liền với tiền bạc, an toàn, và không bị ràng buộc. Được sống mà không phải chịu gông cùm của công việc hay trách nhiệm. Nhưng giờ đây, khi tôi lớn lên, cách tôi hiểu về tự do đã thay đổi. Tôi không còn xem tự do là sự vắng mặt của ranh giới. Ngược lại, tự do phát triển mạnh mẽ ngay trong những ranh giới ấy. Chính khi tự đặt ra ranh giới cho mình, tôi tìm thấy sự tự do để trở thành con người thật của mình. Tự do không phải là trốn tránh trách nhiệm, mà là quyền được chọn những trách nhiệm ấy. Khi tôi chọn con đường của mình, chọn bổn phận của mình, chọn những cam kết của mình, tôi đang thực hành tự do đích thực. Những gì tôi cam kết, những người tôi quan tâm không phải là lồng giam. Chúng là khung cấu trúc giúp tôi bước đi trong đời với sự rõ ràng và mục đích. Tự do là thứ mà tất cả chúng ta đều có thể chạm tới, khi ta quyết định nhìn nhận nó theo cách cộng hưởng sâu sắc với con người thật của mình.

Tất nhiên, ta phải thừa nhận những lực lượng bên ngoài có thể giới hạn cách ta hiểu về tự do: áp lực xã hội, ràng buộc tài chính, và những trách nhiệm ta thừa hưởng hoặc gánh vác vì bắt buộc. Những thứ này có thể định hình cách ta nhìn nhận tự do, nhưng chúng không định nghĩa được tự do. Ta có quyền tìm kiếm tự do trong những khoảnh khắc nhỏ bé, trong những quyết định về cách ta sử dụng thời gian, trong cách ta chọn sống giữa những thực tại mà ta đối mặt

Nhưng biết đâu, ta chẳng cần đi tìm tự do ở đâu xa. Có thể nó vẫn luôn ở đây, lặng lẽ chờ ta nhận ra. Thay vì cứ mải miết kiếm tìm thêm tự do, hay một dạng tự do khác hơn, sao ta không thử dừng lại, nhìn xem mình đã tự do ở những đâu? Biết đâu ta tự do hơn mình tưởng rất nhiều. Chỉ là ta cứ mải nhìn vào những chỗ mình bị trói buộc, nên quên mất bao nhiêu chỗ mình đã được cởi trói từ lâu. Tự do, tôi dần ngộ ra, không phải đích đến. Nó là cách ta nhìn đời. Nó nằm trong đôi mắt ta dùng để ngắm thế giới, trong cách ta tự định vị mình giữa dòng đời. Nếu cứ xem tự do như ngọn núi xa mờ, chỉ chạm tới được khi hội đủ điều kiện này nọ, ta sẽ chạy theo nó cả đời mà không bao giờ tới. Nhưng nếu ta đổi cách nhìn, xem tự do như mảnh đất ta có thể tự tay vun xới ngay trong cuộc sống này, ta sẽ chợt nhận ra: nó đã ở đây từ rất lâu rồi. Ẩn mình trong từng lựa chọn ta đưa ra. Lấp lánh trong từng ranh giới ta tự vạch ra cho mình.

Khi ta buông tay, thôi không còn xem tự do như đỉnh trời xa vời chẳng thể chạm tới, chính lúc ấy, ta được giải thoát thật sự. Tự do nằm trong cách ta lái con thuyền đời mình qua sóng cả. Trong cách ta giữ thăng bằng giữa bổn phận và khát khao. Trong cách ta khắc tạc từng khoảnh khắc hân hoan và ý nghĩa, ngay giữa những khuôn khổ của đời thường. Tự do nằm ở chỗ ngộ ra rằng: những ranh giới ta vạch ra không phải song sắt nhà tù. Chúng là khung nền, là giàn giáo, để ta xây nên một cuộc đời đáng sống, một cuộc đời tự do sâu thẳm theo cách của riêng mình.

Trên hành trình hướng đến sự mãn nguyện, ta cũng cần soi vào những phán xét đang ngự trị trong lòng. Những thiên kiến của ta đang nhào nặn thực tại ra sao?

Phán Xét Và Tính Tương Đối

Trong triết học nhị nguyên, vạn vật đều được cấu thành từ hai lực lượng căn bản, bổ sung cho nhau: sáng và tối, thiện và ác, sống và chết. Hai lực này nương tựa vào nhau để định nghĩa lẫn nhau. Nhị nguyên dạy ta rằng những yếu tố đối lập ấy cần thiết cho sự cân bằng và hài hòa của vũ trụ. Đừng phán xét những gì đã xảy ra, bởi đó là một trải nghiệm. Tôi có thể là kẻ tồi tệ nhất trên đời này, nhưng chính vì thế, tôi lại khiến bạn tỏa sáng rực rỡ hơn.

Phán xét dựa trên hành động thay vì suy nghĩ hay ý định đặt ra những câu hỏi đạo đức đáng suy ngẫm. Nếu ý định đằng sau một hành động là tốt, nhưng hành động ấy lại gây ra tổn thương, liệu ta có thể xem ý định đó là cao thượng? Chẳng hạn, nếu ai đó giết người hoặc lừa dối với ý định tốt, như để bảo vệ hay giúp đỡ người khác, liệu ý định tích cực có biện minh được cho hành động tiêu cực?

Thay vì sống trong sự giam hãm của hai góc nhìn, sao không thêm vào góc nhìn thứ ba? Ta thường nhìn mọi thứ qua lăng kính mạnh đối đầu yếu, thông minh đối đầu ngu ngốc. Giống như vừa tấn công vừa phòng thủ cùng một lúc. Phân biệt được sức mạnh tương đối và sức mạnh tuyệt đối là điều then chốt. Hãy hành động theo giá trị tuyệt đối, đừng so đo tương đối. Mua một căn nhà vì bạn đủ khả năng chi trả và nó đáp ứng mọi nhu cầu của bạn. Đừng mua vì nó đắt hơn căn kia hay kém hấp dẫn hơn căn nọ. Khi bạn nói điều gì đó là "tốt", bạn đã tiết lộ rất nhiều về chính mình. Bạn đã có sẵn một góc nhìn khác trong đầu để so sánh rồi. Khi bạn thực sự kết nối với chính mình, bạn sẽ bắt đầu hành động theo giá trị tuyệt đối.

Cách ta ra quyết định cũng là một ví dụ cho tính nhị nguyên. Khi đưa ra quyết định, một tiếng "có" lớn luôn được nhận ra. Ta chỉ dùng những tiếng "không" nhỏ để cân bằng phương trình. Cả phản hồi tích cực lẫn tiêu cực đều giúp ta hiểu rõ hơn, nhưng hãy biết đâu mới là câu trả lời cuối cùng. Hãy để bản năng dẫn lối. Dù bạn chọn gì, bạn cũng đã cân nhắc kỹ rồi, và bạn sẽ tận dụng tối đa lựa chọn của mình. Không có quyết định đúng hay sai.

Có một giai đoạn, mỗi khi mọi chuyện không như ý, hoặc khi cuộc đời tung cho tôi một cú bất ngờ, tôi đều buông một câu: "Không sao." Hai chữ ấy dần trở thành phản xạ tự nhiên của tôi trước mọi biến cố ngoài dự tính. Daniel từng nhận ra một điều mà chính tôi không thấy: ngay cả khi ấy, tôi đã bắt đầu nhìn đời bằng con mắt khác rồi. Tôi không còn vội vàng dán nhãn tốt hay xấu lên bất cứ điều gì. Mọi tình huống, tự thân nó, chẳng tốt cũng chẳng xấu. Nó chỉ trở thành tốt hay xấu tùy vào cách tôi chọn đón nhận nó mà thôi.

Chưa bao giờ tôi chơi trò dán nhãn mọi thứ thành thắng hay thua. Chỉ đơn giản là "Không sao, kế hoạch mới thôi." Thích nghi và tiếp tục bước tới. Câu nói nhỏ bé ấy dần trở thành một lối tư duy: chấp nhận những gì đã xảy ra, nhưng luôn sẵn sàng xoay trục và khám phá những khả năng mới mở ra từ sự thay đổi. "Kế hoạch mới" thường mở ra những cánh cửa dẫn đến niềm vui và kết quả mà tôi chẳng thể nào tưởng tượng ra được ngay từ đầu.

Nhưng bạn sẽ làm gì với hiểu biết này? Hãy dùng nó để thay đổi người khác! Nếu ai đó đang có một ngày tồi tệ, hãy cho họ thấy một ngày "tệ hơn" bằng cách đặt ngày của họ vào một bối cảnh rộng hơn. Thế là hôm nay chẳng còn tệ đến vậy nữa. Hãy đưa vào một khung tham chiếu thứ ba. Bạn mạnh hay bạn yếu? Bạn ngu ngốc đấy. Không phải để phủ nhận cảm xúc của người ta, mà để tiếp sức cho họ nhìn xa hơn những khó khăn trước mắt. Khi bạn chuyển đổi góc nhìn, bạn xây dựng sức bật nội tâm. Không chỉ để chịu đựng gian khổ, mà còn để biến chúng thành những bậc thang cho sự trưởng thành.

Cách ta hiểu thực tại chịu ảnh hưởng nặng nề từ nhận thức, mà nhận thức lại được nhào nặn bởi trạng thái nội tâm. Một khía cạnh thú vị của điều này là cách ta trải nghiệm những cảm xúc như ghê tởm hay khó chịu. Những cảm xúc này thường nói nhiều về ta hơn là về tác nhân bên ngoài kích hoạt chúng. Khi ta thấy thứ gì đó ghê tởm, không phải bản thân thứ đó mang phẩm chất ghê tởm cố hữu. Chính nhận thức và cách diễn giải của ta mới vẽ nên nó như vậy. Sự khó chịu nảy sinh từ bên trong bạn, phản chiếu trạng thái nội tâm của bạn, chứ không phải sự thật tuyệt đối về sự vật.

Thứ khiến người này không chịu nổi, có thể hoàn toàn chấp nhận được, thậm chí thú vị với người khác. Cảm xúc ấy là tấm gương phản chiếu thế giới nội tâm của ta: những nỗi sợ, bất an, và những vấn đề chưa được giải quyết. Khi ta đối mặt với thứ gì đó kích hoạt những cảm xúc này, ta không chỉ phản ứng với thực tại bên ngoài, mà còn với những xung đột nội tâm đang định hình nhận thức của ta.

Nhìn từ góc độ này, cảm xúc của ta, đặc biệt là những cảm xúc tiêu cực, chính là công cụ để khám phá bản thân. Chúng mở ra con đường để ta hiểu mình sâu sắc hơn. Khi nhận ra rằng cảm giác ghê tởm nói nhiều về những gì bên trong ta hơn là những gì bên ngoài, ta có thể bắt đầu khám phá thế giới nội tâm với sự tỉnh thức và lòng trắc ẩn lớn hơn. Sự chuyển đổi góc nhìn này rất quan trọng cho sự trưởng thành cá nhân, bởi nó giúp ta nhìn xa hơn phản ứng tức thì và thấu hiểu những tầng sâu hơn của con người mình.

Phụ nữ có thể trải nghiệm việc sinh con như một trạng thái xuất thần mãnh liệt, một sự kiện chuyển hóa, thay vì thứ gì đó hủy hoại họ, hay nói đúng hơn, hủy hoại cái tôi của họ. Tương tự, giai đoạn hồi phục sau ca phẫu thuật có thể là một trải nghiệm chữa lành, chứ không thuần túy là đau đớn. Nếu ta có thể thử trải nghiệm cơn đau như một kích thích mãnh liệt, ta mở rộng tâm trí để học hỏi từ trải nghiệm ấy và cảm nhận trọn vẹn mọi thứ ta được định sẵn để cảm nhận.

Cuộc truy cầu hạnh phúc thường trực và né tránh đau khổ là một đặc tính phổ biến của con người, được thúc đẩy bởi nỗi sợ của cái tôi trước sự khó chịu và vô thường. Có nỗi đau nào mà thuốc giảm đau không xoa dịu được? Ta muốn đè nén những cảm xúc và tình cảm tiêu cực, nhưng chẳng phải chúng cũng góp phần làm phong phú trải nghiệm sống hay sao?

Nỗi sợ cái chết cũng vậy. Chẳng phải cái chết là vương miện tuyệt đẹp cho sự kết thúc của một đời người hay sao? Tại sao ta cứ cố bám víu vào thứ vốn dĩ phải kết thúc một cách tự nhiên? Trải nghiệm và nhận thức của ta chịu ảnh hưởng sâu sắc từ tâm thế và cái tôi. Trên giường bệnh cuối đời, bạn sẽ nghĩ gì? Liệu đó có phải là những hối tiếc vì đã không ôm trọn toàn bộ phổ cảm xúc và trải nghiệm?

Alan Watts nhắc nhở ta rằng sợ chết chính là sợ sống, bởi hai điều ấy không thể tách rời. Đón nhận cái chết như một phần tự nhiên của sự tồn tại cho phép ta sống trọn vẹn hơn, tự do hơn.

Những cảm xúc nào quá mãnh liệt để diễn tả bằng lời? Khóc vì sung sướng. Buồn vì đồng cảm. Những lớp cảm xúc chồng chéo thách thức mọi quan niệm về tốt hay xấu. Chúng đại diện cho sự giao thoa của cảm xúc, một sự thấu hiểu sâu sắc hơn về trải nghiệm làm người. Những cảm xúc đa tầng tuyệt đối ấy được xây dựng trên khả năng hiểu từng cảm xúc riêng lẻ, rồi cuối cùng cho phép ta đón nhận nhiều cảm xúc cùng một lúc. Muốn vậy, ta phải cho phép mình cảm nhận mọi thứ mà ta được định sẵn để cảm nhận.

Lão Tử Và Chuyến Đi Bộ Trên Núi

Lão Tử, triết gia Trung Hoa cổ đại và tác giả của Đạo Đức Kinh, dạy ta rằng trí tuệ đích thực thường nằm trong sự quan sát tĩnh lặng.

Một ngày nọ, có người tên Lý đến tìm Lão Tử cầu xin trí tuệ, và hỏi xem ông có thể cho anh ta đi cùng trong một chuyến đi bộ lên núi không. Lão Tử đồng ý, nhưng đặt ra một điều kiện duy nhất: Lý không được nói một lời nào suốt chuyến đi. Lý háo hức chấp nhận. Hai người lên đường, băng qua những cánh rừng xanh mướt, leo lên những con đường gồ ghề. Càng lên cao, phong cảnh càng đổi thay, phơi bày những khung cảnh ngoạn mục và những vùng đất thanh bình.

Khi cuối cùng họ đặt chân lên đỉnh núi, quang cảnh trước mắt khiến người ta phải ngưỡng mộ. Lý, choáng ngợp trước vẻ đẹp, không kìm được mình và thốt lên: "Trời ơi, đẹp quá!" Lão Tử im lặng. Họ xuống núi trong sự chiêm nghiệm lặng thầm. Khi trở về, Lão Tử quay sang Lý và nói: "Ta sẽ không bao giờ đi bộ cùng ngươi nữa."

Sự trân trọng đích thực đối với vẻ đẹp và trí tuệ thường đòi hỏi sự quan sát tĩnh lặng và chiêm nghiệm nội tâm, không bị vấy bẩn bởi những lời phán xét. Không có sự tuyến tính ở đây. Đừng cố phán xét những gì đã xảy ra, vì đó là một trải nghiệm. Một chuyến đạp xe tuyệt vời như nó vốn là. Nhưng đó cũng chỉ là phán xét của bạn. Ký ức của bạn về nó rất tuyệt, nhưng liệu bạn có tận hưởng nó nhiều như vậy nếu biết rằng người đồng hành của mình chẳng vui chút nào?

Khách quan mà nói, đó chỉ là một chuyến đạp xe.

Liệu ta có thể tận hưởng điều gì đó mà không thốt lên một lời? Ghi lại làm hỏng mọi thứ. Khao khát ghi lại sinh ra từ mong muốn níu giữ vẻ đẹp, nhưng khi làm vậy, ta tự tách mình khỏi trải nghiệm trực tiếp, sống động.

Hãy tưởng tượng bạn đang đi bộ giữa núi rừng, cảm nhận làn gió mát, nghe tiếng lá xào xạc, ngắm nhìn ánh sáng và bóng tối đùa giỡn với nhau. Trải nghiệm thô sơ, không qua gạn lọc ấy thật thuần khiết. Khoảnh khắc bạn cố ghi lại nó, bạn bước ra ngoài nó, trở thành người quan sát thay vì người tham dự.

Ý tưởng này mở rộng đến mọi khía cạnh của đời sống. Dù là một cuộc trò chuyện, một bữa ăn, hay một khoảnh khắc chiêm nghiệm yên tĩnh, sự hiện diện trọn vẹn làm phong phú thêm trải nghiệm của ta. Vẻ đẹp của cuộc sống thường nằm ở sự vô thường và bất ngờ của nó.

Nỗi nhớ, chẳng hạn, là lời nhắc nhở mạnh mẽ về khả năng hiện diện sâu sắc trong trải nghiệm của ta.

Những khoảnh khắc đọng lại trong ta thường là những khoảnh khắc ta hoàn toàn đắm mình, khi mọi giác quan đều sống động và hấp thụ thế giới xung quanh. Loại ký ức này không chỉ là sự hồi tưởng. Nó là một trải nghiệm giác quan và cảm xúc lên men theo thời gian, trở nên sâu sắc và ý nghĩa hơn.

Nếu bạn được ban cho sự toàn tri, quyền năng để nói chuyện với cả thế giới, bạn sẽ làm gì? Có thể bạn sẽ đi đăng ảnh mèo dễ thương. Sự toàn tri cũng có thể được mô tả như internet. Bạn sẽ làm gì với sự tự nhận thức? Câu trả lời chẳng có gì kỳ vĩ cả. Nó đơn giản hơn bạn tưởng rất nhiều.

Ai quan tâm chứ? Đó là cách ta thường sử dụng tiềm năng tri thức và tự nhận thức khổng lồ của mình.

Những sáng tạo cách mạng làm thay đổi vận mệnh nhân loại mới xứng đáng là sản phẩm của sự toàn tri. Như thực phẩm không bao giờ cạn kiệt, hay khám phá một loài ngoài hành tinh. Nhưng thay vào đó, ta thấy sự ra đời liên tiếp của các sản phẩm như iPhone: 8, 9, 10, 11, 12, 13, 14, và 15. Chương trình nghị sự giờ đây đang theo đuổi một mục tiêu khác: tiền.

Rốt cuộc, ta đang sống, đang thở, đang hiện diện nơi đây. Hãy cứ suy nghĩ, cứ học hỏi nếu điều đó khiến bạn vui. Còn nếu không, có lẽ bạn đang nghĩ nhiều quá rồi đấy.

Mà nghĩ nhiều cũng là chuyện thường tình thôi. Con người mà, suy nghĩ là bản năng, như cây bút sinh ra là để viết vậy. Chỉ có điều, nhiều câu trả lời không thể tìm thấy bằng cách ngồi nghe hay đọc sách. Phải tự mình bước vào, tự mình nếm trải, mới thấm được. Những câu hỏi lớn nhất thường không ở đâu xa, chúng nằm ngay trong tâm trí ta, chờ ta đối diện. Và đây là điều thú vị: ta nghĩ như thế nào, ta sẽ định nghĩa thế giới như thế ấy. Khi bạn tự gọi mình là "người đi làm", tâm trí bạn bắt đầu quay quanh công việc. Khi bạn tự gọi mình là "người làm tình nguyện", tâm trí bạn nghiêng về phụng sự. Mỗi cái nhãn bạn dán lên mình đều âm thầm vẽ ra một đường biên, giới hạn bạn trong khuôn khổ của nó.

Vậy nên, đừng để những chuẩn mực xã hội định nghĩa con đường bạn đang đi.

Tự định nghĩa bản thân bằng chuẩn mực xã hội sẽ giới hạn tiềm năng của bạn. Quan trọng là truyền đạt ý tưởng của mình một cách rõ ràng để người khác hiểu được bạn, trong khi vẫn giữ được sự độc đáo của riêng mình. Hãy tìm ra cách nào đó mà khi bạn nói chuyện với người khác, bạn mài giũa chính mình để được thấu hiểu.

Tinh hoa bao giờ cũng mang tính chọn lọc. Không phải câu hỏi nào cũng cần được trả lời, không phải đáp án nào cũng cần được truy tìm. Thử dừng lại mà hỏi: Tại sao ta lại khao khát câu trả lời cho những câu hỏi lớn nhiều đến vậy? Biết đâu, chính sự khao khát ấy mới là vấn đề thực sự?

Cây giáo xuyên thủng mọi thứ. Tấm khiên chặn đứng mọi thứ. Khi hai thứ chạm nhau thì sao? Một nghịch lý không lời giải.

Chúng ta cũng vậy. Ta khao khát trở thành tất cả, có mặt ở khắp nơi, xuất sắc trong mọi vai trò. Nhưng hãy thử nghĩ về sự cân bằng giữa công việc và cuộc sống mà xem. Bạn không thể vừa là nhân viên giỏi nhất công ty, vừa là người bạn tuyệt vời nhất, vừa là bố mẹ hoàn hảo nhất, tất cả cùng một lúc, trong mọi khoảnh khắc. Cuộc sống không được thiết kế theo cách đó. Và ta cũng không được tạo ra để vận hành như thế. Có lúc bạn tỏa sáng ở mặt này, thì mặt kia phải lùi vào bóng tối. Cố gắng hoàn hảo ở mọi nơi, mọi lúc chỉ tạo ra một cuộc giằng co triền miên, không có hồi kết.

Vậy nên, hãy chấp nhận nghịch lý ấy. Hãy hướng tới sự cân bằng xuyên suốt dòng thời gian, thay vì sự hoàn hảo trong từng khoảnh khắc. Hãy xuất hiện ở những nơi thực sự quan trọng, và hiểu rằng đôi khi một phần của bạn cần được chăm sóc, trong khi phần khác được phép nghỉ ngơi. Sẽ có những ngày bạn là cây giáo, lao về phía trước, mạnh mẽ, không gì cản nổi. Và sẽ có những ngày bạn cần là tấm khiên, lui về phòng thủ, bảo vệ năng lượng, nạp lại sức lực. Cây giáo và tấm khiên không bao giờ hoạt động cùng lúc, bởi cuộc sống không vận hành theo cách ấy. Mỗi thứ có thời khắc riêng của nó. Và bạn cũng vậy. Cả hai đều là bạn, cả hai đều cần thiết, nhưng không cái nào phải gồng gánh suốt đời.

Người sâu sắc nhất thường trông chẳng có vẻ gì sâu sắc cả. Những người giản dị nhất, hóa ra, lại là những người thâm trầm nhất. Tại sao lại thế? Bởi vì họ đã nghĩ về một điều qua bao nhiêu tầng lớp, đã sống với nó đủ lâu, đến mức không còn cần phải nói ra nữa. Họ đã nội hóa nó vào máu thịt. Họ sống sâu và an nhiên với cuộc đời mình. Bạn có thể trở nên sâu sắc chính vì bạn không biết tất cả. Bạn bơi trong vùng nước của sự không hiểu, trên hành trình luôn đang hiểu thêm. Bí quyết nằm ở chỗ: nghĩ và làm phải cùng một nhịp. Bởi vì cuối cùng, chỉ có hành động mới thực sự chạm đến cuộc đời bạn.

Còn những người hay phàn nàn thì sao? Biết đâu,

sâu trong lòng họ, phàn nàn mang lại một niềm vui nào đó. Đó có thể là cách riêng của họ để tận hưởng cuộc sống. Vậy thì phàn nàn cũng đâu có tệ lắm. Ta là ai mà phán xét? Thực ra, bạn nghĩ khác người cũng chẳng sao, trừ khi điều đó cản trở chính bạn. Liệu có quan trọng không nếu bạn đi một con đường khác để đạt được điều mình muốn, thay vì đi theo đàn cừu?

Alan Watts thường đào sâu vào câu hỏi: Điều gì thúc đẩy ta? Cái "nhịp đập" bên trong ta là gì? Nhịp đập ấy không phải lúc nào cũng đến từ những điều tươi đẹp. Nó có thể bắt nguồn từ nỗi sợ, từ mặc cảm tự ti, hay từ lòng tham. Có người bị thúc đẩy bởi nỗi sợ vô thường: sợ mất mát, sợ không biết câu trả lời, sợ cảm giác dốt nát hay buồn chán. Những động lực ấy không mấy dễ chịu, nhưng chúng vẫn đẩy ta về phía trước, vẫn định hình từng hành động của ta.

Có người nhìn xuống, có người nhìn lên. Tùy vào cách bạn chọn nhìn đời. Cả hai góc nhìn đều có giá trị riêng. Lạc quan tiếp lửa cho tham vọng. Thận trọng giúp ta tránh những rủi ro không đáng. Khi kết hợp lại, chúng tạo nên một cách sống cân bằng: vừa hướng về phía trước, vừa đứng vững trên mặt đất.

Khi mới gặp Daniel, tôi luôn cố trở thành phiên bản lạc quan nhất, cởi mở nhất của chính mình. Tôi tin vào sức mạnh của sự tích cực, tin vào việc nhìn đời bằng trái tim rộng mở. Daniel mang đến một thứ khác. Anh nhìn mọi thứ như chúng vốn là, không qua lớp kính màu hồng mà tôi vẫn hay đeo. Sự thực tế của anh vừa làm tôi bỡ ngỡ, vừa thách thức tôi suy nghĩ lại. Nhưng góc nhìn của anh không hề tiêu cực. Nó vững chãi. Nó cân bằng. Nó thật. Khi ở bên nhau, sự lạc quan của tôi gặp gỡ sự thực tế của anh, và chúng tôi có thể nhìn xa hơn, rõ hơn những gì mỗi người thấy được khi đứng một mình.

Giờ đây, tôi giữ lạc quan và thực tế trong hai bàn tay, như hai đứa trẻ đang kéo áo tôi đòi được chú ý. Không đứa nào bị bỏ rơi. Không đứa nào được chiều hơn đứa kia. Thực tế thì thầm bằng giọng trầm ấm, nhắc tôi về con đường trước mặt, về những ổ gà có thể gặp, về những giới hạn của ngày hôm nay.

Còn lạc quan thì nhảy chân sáo phía trước, háo hức chỉ về những khả năng đang chờ ngay sau khúc quanh. Cả hai đều quan trọng như nhau. Và tôi dẫn dắt chúng, không phải bằng sức mạnh, mà bằng sự dịu dàng, để cả hai đều được cất tiếng.

Khi thực tế nặng trĩu quá, lạc quan bước vào, nhẹ nhàng nâng nó lên. Khi lạc quan bay cao quá, thực tế kéo tôi xuống, nhắc tôi giữ chân trên mặt đất.

Trong sự cân bằng ấy, tôi tìm thấy sức mạnh của mình. Tôi cảm thấy hòa hợp nhất với chính mình. Không bị cuốn quá xa vào niềm tin mù quáng, cũng không bị kéo chìm bởi hoài nghi. Cả hai tiếng nói cùng định hình con đường tôi đi. Và trong nhịp cân bằng của chúng, tôi bước tới, với sự sáng suốt và một niềm tự tin lặng thầm.

Tâm Linh và Những Quy Luật Căn Bản

'Công nghệ vận hành theo nhịp bước của người phụ nữ." Bạn có bao giờ tự hỏi vì sao các trung tâm thương mại thường dành nhiều tầng lầu cho phái đẹp, trong khi nam giới và trẻ em chỉ chia sẻ chung một tầng? Đó không đơn thuần là chuyện tiêu dùng, mà là cách xã hội vận hành từ thuở nguyên sơ. Theo lẽ thường, người trụ cột gia đình hướng ra ngoài để mưu sinh lập nghiệp, còn người quản gia, thường là phụ nữ, lại âm thầm dung hòa mọi đổi thay bên trong căn nhà nhỏ. Chính người quản gia quyết định cách thức công nghệ, tiện nghi và những phát minh mới được đón nhận, được sử dụng ra sao. Ẩn sau đó là một quy luật sâu xa về khả năng thích ứng và dung hợp, chính là nguồn lực thúc đẩy bước tiến của nhân loại.

Hãy lấy dòng xe Porsche 911 Carrera Phiên Bản Giới Hạn làm ví dụ. Mẫu xe này có thiết kế ngăn chứa riêng dành cho túi xách phụ nữ. Thoạt nhìn, đây chỉ là một chi tiết nhỏ, nhưng thực chất lại phản ánh một bước chuyển trong nhận thức. Người ta đã bắt đầu thấu hiểu vai trò của phụ nữ trong hành trình định hình tương lai. Các thương hiệu giờ đây thừa nhận quy luật tâm linh về sự cân bằng: giữa nhu cầu và giải pháp, giữa thấu hiểu và sáng tạo.

Cũng như trong hành trình tu dưỡng tâm linh, công nghệ đã mang trong mình tiềm năng vĩ đại từ rất lâu trước khi trở nên phổ cập. Suốt nhiều thập kỷ, tiềm năng ấy vẫn âm thầm hiện hữu, nhưng chưa được thiết kế cho người bình thường, đặc biệt là cho những người phụ nữ, những người đưa công nghệ hòa vào dòng chảy đời thường.

Steve Jobs thấu triệt chân lý căn bản này: công nghệ phải cộng hưởng với cách con người sống, với nhịp bước tự nhiên khi họ di chuyển trong thế giới. Ông đặt thiết kế trực giác lên hàng đầu, tạo nên sự hòa quyện tâm linh giữa công cụ và người dùng. Chính quy luật về sự đơn giản và kết nối ấy đã cho phép công nghệ tiến hóa, từ thứ thuần túy mang tính chức năng trở thành một phần mở rộng của chính chúng ta. Công nghệ không thích ứng theo tốc độ phát triển của riêng nó, mà theo tốc độ dung hợp của con người, theo nhịp bước của những ai chăm chút từng chi tiết nhỏ trong cuộc sống.

Những tiến bộ công nghệ đã mang đến hàng loạt cải thiện đáng kinh ngạc về chất lượng, dung lượng và khả năng tiếp cận âm nhạc. Tuy nhiên, tất cả chỉ là sự mô phỏng gần đúng những trải nghiệm thị giác và cảm quan mà đôi mắt, đôi tai cùng các giác quan khác ban tặng cho bạn một cách tự nhiên, không tốn một xu. Công nghệ có thể nâng tầm cuộc sống, nhưng không nên thay thế những món quà giản đơn mà các giác quan tự nhiên mang lại.

Trong thế giới khoa học viễn tưởng, những khái niệm như người nửa máy hay "Vỏ Bọc Ma" (Ghost in the Shell) đã khám phá sự hòa trộn phức tạp, đôi khi đáng lo ngại giữa con người và máy móc. Những câu chuyện ấy buộc ta phải tự hỏi: làm người nghĩa là gì khi công nghệ trở thành một phần không thể tách rời của cấu trúc sinh học? Chẳng hạn, các thiết bị theo dõi sức khỏe không mang lại cảm giác tự nhiên, bởi bản chất chúng không hề tự nhiên. Chúng thêm vào một lớp lo âu về những con số thống kê thay vì để ta tập trung vào chính hoạt động đang làm.

Dù là đồng hồ đo xe đạp hay thiết bị theo dõi giấc ngủ, khi gắn những con số và nhãn mác lên các chức năng tự nhiên của cơ thể, ta dễ rơi vào lối phân tích thái quá những thứ lẽ ra nên diễn ra một cách tự nhiên.

Khi đứng trước ngưỡng cửa của những tiến bộ công nghệ như vậy, nhiều câu hỏi bắt đầu dấy lên: Liệu con người có bao giờ vượt qua được ý thức? Nếu ta có thể tải ý thức lên máy tính và tồn tại sau cái chết, chuyện gì sẽ xảy ra? Thế giới sẽ đi về đâu?

Có bao nhiêu phần trải nghiệm tự nhiên của con người mà ta sẵn lòng thay đổi chỉ vì muốn tiện lợi, tiến bộ?

Công nghệ và các cấu trúc xã hội chịu ảnh hưởng từ những người nắm quyền, thường được định hướng bởi nhu cầu và sở thích của những nhóm cụ thể. Vai trò của phụ nữ trong quá trình định hình tiến bộ là một ví dụ điển hình.

Tư Duy Bá Quyền nghĩa là người nắm quyền lực quyết định đúng sai. Bạn đang đưa vào áp dụng những hệ thống và nền kinh tế nào? Vì sao, và thực sự bạn đã đạt được gì với những khuôn mẫu đó? Vì sao bạn ban hành những quy tắc này? Biết đâu chính "họ" mới là những người thiếu sự thấu hiểu.

Có quyền lực mà thiếu đi trách nhiệm chỉ là bạo quyền. Trách nhiệm chính là đối trọng của quyền lực, đảm bảo rằng những ai nắm giữ quyền lực phải chịu trách nhiệm về các hành động của mình cùng những tác động lên người khác. Trong một xã hội công bằng, quyền lực không phải là đặc quyền mà là trách nhiệm. Nó đòi hỏi sự đồng cảm, chính trực và cam kết vì lợi ích chung.

Thách thức tư duy bá quyền là điều thiết yếu. Sức khỏe tâm thần cũng vậy, được định hình bởi các diễn ngôn xã hội: càng bàn luận nhiều, nó càng biểu hiện rõ, như một lời tiên tri tự ứng nghiệm. Vì sao người ta sợ cho trẻ em tiếp xúc với chủ đề tự tử? Càng nói nhiều, người ta càng bắt đầu hoài nghi chính mình. Càng bàn về sức khỏe tâm thần, người ta càng tự vấn rồi mắc phải nó. Gần như mang tính tôn giáo, một trạng thái tâm trí khởi sinh từ chính tâm trí.

Những vấn đề do tâm trí tạo ra thường có thể được hóa giải bằng tâm trí, và những vấn đề do thể xác gây ra cũng có thể được chữa lành bằng phương tiện vật lý.

Từ những chiêm nghiệm ấy, ta hướng tầm nhìn sang lĩnh vực chuyên môn. Triết lý sống sẽ hun đúc nên thành tựu sự nghiệp bền vững và di sản trường tồn ra sao?

Chương 2:

Những Chiêm Nghiệm Về Nghề Nghiệp và Di Sản

Ước Mơ và Khát Vọng

Muốn có một giấc mơ, bạn chỉ cần mơ nó. Vậy là bạn đã có giấc mơ rồi. Nếu bạn khao khát đi khắp thế giới, hãy tìm cho mình một câu chuyện đủ thuyết phục để kể với mọi người. "Tôi đi thăm dò nguồn dầu mỏ." "Tôi sẽ trở thành nhà quan sát chim nổi tiếng." Hoặc đơn giản hơn, cứ lên đường đi, thay vì ngồi đó cân nhắc xem người khác sẽ nghĩ gì.

Một khi đã có phương hướng, bạn sẽ kéo cả thế giới về phía mình. Khi Daniel đã quyết tâm hướng về một mục tiêu nào đó, mọi thứ chỉ còn là vấn đề thời gian. Từng chi tiết nhỏ nhặt nhất đều được ông chủ đích dịch chuyển về cùng một đích đến, như thể mỗi lần tung xúc xắc, con số may mắn đều hiện ra. Hãy luôn tiến bước theo những hướng đi khiến bạn thực sự rung động. Ý Định Tập Trung vận hành đúng theo cách ấy: từng quyết định nhỏ bắt đầu tự sắp xếp, hội tụ, rồi dần trở thành một lộ trình dẫn đến mục tiêu lớn lao hơn.

Bạn có đủ khả năng hình dung ra cuộc đời mình mong muốn không? Vấn đề chưa bao giờ nằm ở thiếu thời gian hay thiếu nguồn lực. Vậy thứ gì thực sự ngăn phần lớn chúng ta chạm đến ước mơ? Thường thì chính những hành vi tự phá hoại và những suy nghĩ tiêu cực trong đầu ta mới là thủ phạm. Nào là trì hoãn, sợ thất bại, ám ảnh rằng mọi ánh mắt đang đổ dồn vào mình, rồi thói tự nói xấu chính mình. Biết đâu, sâu thẳm bên trong, họ thực ra muốn ôm lấy nỗi sợ ấy? Biết đâu cảm giác thoải mái khi "chưa thử" đã đủ dễ chịu đến mức ta tự lừa mình rằng có thứ gì đó khác đang cản đường? Cũng giống như những người nghiện phàn nàn vậy: họ yêu hành động kêu ca hơn bất kỳ giải pháp nào.

Khi chỉ chăm chăm nhìn vào thứ mình khao khát, ta dễ bỏ qua những cạm bẫy, phiền nhiễu và rác rưởi đang cản bước. Cũng giống như đi trong đường hầm: rõ ràng về đích đến, nhưng mù mờ trước những ngã rẽ và hiểm nguy hai bên.

Vậy nên, hãy thử lọc đường đi bằng cách nhìn vào những gì mình không muốn. Khi loại bỏ được những ảnh hưởng tiêu cực, những thứ gây xao nhãng và những rủi ro có thể kéo bạn chệch hướng, tự khắc con đường phía trước sáng rõ hơn. Bỏ đi những gì không thuộc về mình, ắt sẽ nhìn thấy rõ hơn những gì mình thật sự cần.

"Chúng ta không bao giờ vươn tới ngang tầm kỳ vọng; ta chỉ rơi về đúng mức mà mình từng được rèn luyện."

Hãy vươn lên ngang tầm giấc mơ. Quá trình rèn luyện không định nghĩa con người bạn. Đúng là kỹ năng và kiến thức hiện tại tạo nên một nền tảng, một điểm xuất phát, nhưng chúng không hề giới hạn tiềm năng bên trong. Ta có quyền mơ lớn bao nhiêu tùy thích, và chính những giấc mơ ấy sẽ đẩy ta vượt xa khỏi năng lực hiện có. Nền tảng là bệ phóng, không phải trần nhà. Được đào tạo trong một lĩnh vực không có nghĩa là bạn bị giam chân mãi trong lĩnh vực ấy.

Hãy thử tưởng tượng xem bao nhiêu cánh cửa sẽ mở ra nếu ta để giấc mơ dẫn lối. Tôi có bằng marketing, nhưng ai nói tôi không thể trở thành người dẫn tour du lịch bằng xe đạp, một ngày nào đó đưa những lữ khách băng qua các cuộc hành trình xuyên lục địa? Ai nói tôi không thể mở một lớp yoga cho bạn bè, chia sẻ với họ mọi thứ tôi đã luyện tập? Và ai nói tôi không thể viết một cuốn sách, gửi gắm vào đó những câu chuyện và chiêm nghiệm đã truyền cảm hứng cho tôi, và biết đâu, cho rất nhiều người khác nữa?

Nếu bạn thử học làm bánh, biết đâu bạn sẽ yêu nó đến mức mở cả một tiệm bánh. Nếu bạn học một ngôn ngữ mới, biết đâu nó sẽ thôi thúc bạn chuyển đến sống ở một đất nước khác, mở ra vô vàn cơ hội làm giàu thêm cuộc sống theo những cách không thể đoán trước. Hãy mở lòng đón nhận và sẵn sàng học hỏi, bởi vô vàn phúc lành đang chờ đợi bạn ngay phía bên kia vùng an toàn.

Quá trình rèn luyện dựng nên sân khấu, nhưng chính giấc mơ mới đưa bạn lên đến đỉnh cao. Kiến thức và kỹ năng tích lũy được là nền móng không thể thiếu, song khát vọng và tầm nhìn của bạn mới là lực đẩy đưa bạn vượt khỏi ngưỡng "đủ giỏi" để chạm đến những thành tựu phi thường.

Hãy cho phép mình kiến tạo một thế giới nơi giấc mơ được sống thật, nơi bạn được là chính mình một cách trọn vẹn. Đây không phải nơi dành cho những ràng buộc, mà là nơi dành cho sự lớn lên. Trong vương quốc của giấc mơ, hãy buông bỏ mọi ngần ngại. Hãy mở rộng vòng tay đón lấy những khả năng mênh mông mà trí tưởng tượng mang đến.

Hãy để tâm trí phiêu du tự tại, khám phá mọi ý tưởng, dù chúng có hoành tráng hay khác thường đến mấy.

Trưởng thành không bao giờ là một đường thẳng, cũng chẳng phải lúc nào cũng dễ chịu. Nhưng chính qua những trải nghiệm gập ghềnh ấy, ta mới học được nhiều nhất về bản thân và về giới hạn thực sự của mình. Mỗi lần vấp ngã là cơ hội để hiểu thêm, để mạnh mẽ hơn. Mỗi lần thành công là bậc thang dẫn đến tầm cao lớn lao hơn.

Giá trị bạn trao cho thế giới không bị bó hẹp bởi tấm bằng bạn sở hữu, mà được tiếp sức bởi những phẩm chất bạn chọn chia sẻ. Biết nấu ăn, biết nhảy, biết nói một ngôn ngữ hay bất kỳ kỹ năng nào khác, tất cả đều là cách mỗi người thể hiện chính mình. Sự giàu có chung mà tất cả chúng ta cùng được hưởng thông qua những hành động sẻ chia ấy thì mạnh mẽ đến không thể nào đo đếm. Và khi bạn dấn thân vào thứ công việc vừa phát huy tài năng vừa thắp lửa cho tâm hồn, đó chính là lúc bạn đang đáp lại tiếng gọi chỉ dành riêng cho mình.

Mọi cuộc hành trình vĩ đại đều khởi nguồn từ một giấc mơ, nhưng giấc mơ không dừng lại ở đó. Tôi đã nhận ra rằng ước mơ không chỉ là mục tiêu xa xăm phía chân trời. Chúng là những thực thể sống, lớn lên và tiến hóa cùng với ta. Dù đó là ước mơ đạp xe xuyên lục địa, viết một cuốn sách, hay xây dựng một cộng đồng nâng đỡ và truyền cảm hứng cho nhau, tôi nhận ra rằng mơ mộng là một quá trình chủ động, chứ không phải ngồi yên chờ đợi.

Đừng chờ khoảnh khắc hoàn hảo. Hãy tự tay tạo nên nó, từng ngày, từng quyết định. Tôi khao khát sống một cuộc đời mà ở đó tôi không chỉ biết mơ, mà còn dám bước từng bước đưa giấc mơ thành hiện thực. Đây không phải câu chuyện về sự hoàn hảo, mà là về tiến bước, về hành động, về chuyển động.

Đó mới là giấc mơ đích thực. Sống trọn vẹn, ôm trọn cuộc hành trình, và không ngừng lớn lên với mục đích rõ ràng và niềm vui tràn đầy. Rốt cuộc thì, công việc quan trọng nhất chính là công việc mang đến cho bạn niềm vui. Khi bạn theo đuổi thứ gì đó thật sự có ý nghĩa, thứ cộng hưởng với ngọn lửa đam mê sâu thẳm bên trong, đó mới là lúc bạn thực sự bắt đầu sống giấc mơ của mình. Vậy hãy tự hỏi: giấc mơ nào đang kéo cả thế giới của bạn về phía nó? Con đường nào bạn sẽ bước đi, và thứ gì bạn sẽ để lại phía sau? Hãy để giấc mơ dẫn lối, bởi khi bạn mơ với trọn vẹn ý chí, vũ trụ không còn cách nào khác ngoài thuận theo.

Lòng Biết Ơn Và Ý Định Tập Trung

Tôi từng đọc được rằng lòng biết ơn chân thật tự nó sẽ tỏa sáng. Khi bạn thực sự cảm nhận được sự biết ơn, khi bạn thật lòng đón nhận mọi điều tốt đẹp trong đời mình, cũng giống như bạn đang phát đi một tín hiệu vào vũ trụ, nhắn nhủ rằng: Cuộc đời này thật đáng sống. Càng ôm trọn cảm giác ấy, bạn càng thấy năng lượng đó phản chiếu ngược trở lại. Cơ hội xuất hiện, những lối đi mở ra, mọi thứ dường như tự khắc hòa nhịp với nhau. Đó không phải vận may. Đó là ý chí.

Lòng biết ơn, cũng giống như giấc mơ, có sức nhân bản kỳ diệu. Khi bạn hướng tâm trí vào những gì tốt đẹp, bạn đang mời gọi thêm nhiều điều tốt đẹp bước vào cuộc đời mình. Như thể mỗi lần tung xúc xắc, con số ấy lại rơi đúng vào ô bạn mong muốn, kéo bạn ngày càng sâu hơn vào cuộc sống mình hằng khao khát. Mỗi khoảnh khắc tích cực dẫn đến khoảnh khắc tích cực kế tiếp, mỗi thành công nhỏ nối tiếp thành công trước đó, cho đến khi bạn chợt nhận ra rằng những gì mình hằng mơ ước, những gì mình thực sự kiếm tìm, thảy đều đang trong tầm tay.

Ý Định Tập Trung vận hành đúng theo cách ấy. Thế giới dịch chuyển thuận theo sự rõ ràng trong mục đích sống của bạn. Những gì bạn mơ về, những gì bạn hướng tới, và những gì bạn biết ơn, tất cả đều kết nối mật thiết, tạo nên một vòng tuần hoàn tự nhiên thu hút đến bạn chính xác những gì bạn cần. Một khi hành động đã hòa nhịp cùng giấc mơ, mỗi bước đi, mỗi lựa chọn đều trở nên có trọng lượng. Và đó chính là cách bạn kiến tạo nên một cuộc đời được xây trên nền tảng của yêu thương.

Tầm Quan Trọng Của Di Sản

Cách ta hiểu về thế giới được định hình bởi những tương tác và nguồn thông tin ta tiếp nhận mỗi ngày. Không ai có thể biết hết mọi thứ, nhưng ta hoàn toàn có thể tập trung vào thực tại ngay trước mắt mình. Để lại một di sản, nói cho cùng, là góp phần vào một câu chuyện lớn hơn bản thân ta, là gieo ảnh hưởng cho những thế hệ mai sau thông qua hành động và những gì ta tạo dựng.

Chúng ta không có khả năng thấu hiểu thế giới một cách trọn vẹn. Bạn không thể nào biết hết cả thế giới này đâu. Thay vào đó, hãy tập trung vào bong bóng thực tại của riêng mình, và hiểu rõ nó đến mức đủ để dẫn dắt cuộc đời mình đến nơi mình muốn.

Tuy nhiên, vẫn có một cách để "biết" thế giới, và đó chính là thông qua di sản. Mỗi chúng ta là người kế thừa của vô số kiếp người đi trước. Để bạn có mặt ở đây hôm nay, bố mẹ bạn và tất cả tổ tiên bạn đều đã phải sống sót, đã phải thích nghi, và đã phải thành công trong hành trình truyền nối sự sống. Chính sự tồn tại của bạn là minh chứng sống cho một chuỗi dài bền bỉ, thích ứng và chiến thắng. Sức mạnh thừa hưởng ấy đã ăn sâu vào từng thớ tế bào trong con người bạn, âm thầm nhắc nhở về những năng lực tiềm tàng bạn đang mang trong mình, dù chúng có thể biểu hiện khác đi so với những thành tựu mà bạn hay xã hội thường dùng để đo lường.

Mọi người phụ nữ đều sở hữu một khả năng phi thường: tạo ra sự sống. Và đó là thứ chúng ta quá thường hay coi nhẹ. Ngay từ khi chào đời, cơ thể người phụ nữ đã mang trong mình hơn nửa triệu trứng, mỗi quả là một khởi đầu tiềm ẩn. Ngay cả chiếc máy tính tân tiến nhất cũng không thể tạo ra sự sống. Sức mạnh bẩm sinh ấy là bằng chứng hùng hồn nhất về giá trị nội tại vô giá của phái nữ, một kỳ công của tạo hóa mà ta cần biết trân trọng và nâng niu. Đó cũng là lời nhắc nhở sâu sắc về những đóng góp riêng biệt mà mỗi cá nhân có thể mang đến cho dòng chảy tiếp nối của sự sống. Trở thành một mắt xích trong chuỗi tiếp nối ấy, sáng tạo nên điều gì đó, dù là gia đình, tri thức hay trải nghiệm. Tiếp nhận và để lại. Đọc tri thức rồi áp dụng vào đời sống: chấp nhận những gì đúng, tự mình phân định những gì sai, và thêm vào đó dấu ấn của riêng mình. Đây chính là lý do chiếc lồng cần phải tồn tại, để ta có thể hiện hữu theo một cách nhất định.

Bạn muốn để lại di sản gì cho đời? Khi nghiêm túc nghĩ về tầm ảnh hưởng mình muốn tạo ra và di sản mình muốn để lại, mọi hành động hằng ngày sẽ tự khắc hòa nhịp với tầm nhìn ấy. Từng hành động nhỏ đều góp phần vào bức tranh lớn hơn của cả đời người.

"Di sản là vô hạn." Những thứ vượt qua được thời gian mà bạn không thể một mình tạo dựng nổi. Ảnh hưởng lên người khác, viết một cuốn sách, sinh con, mỗi thứ đều là một dạng di sản riêng. Di sản chính là những gì bạn hoạch định vượt xa khỏi đời mình. Đó là khoản đầu tư cho tương lai. Con người vốn ích kỷ; nếu không, chúng ta đã chẳng có vấn đề về môi trường, mọi thứ sẽ tự khắc hài hòa. Đến một lúc nào đó, hãy dừng khám phá và chuyển trọng tâm sang xây dựng di sản.

Đời bạn dài bao nhiêu so với tương lai triển vọng phía trước? Tương lai quan trọng hơn gấp bội so với những gì ta đang làm. Hãy dang rộng đôi cánh, nhìn xa nhất có thể, nhưng rồi đến một thời điểm, tất cả sẽ trở thành lý thuyết suông, triết lý bàn giấy. Đến khi sáu mươi tuổi rồi, vẫn ngồi trên ghế bành mà nghĩ về những thứ mình định làm.

Ý tưởng phải gắn liền với hành động cụ thể. Ý tưởng, lời nói thì rẻ lắm, ở đâu cũng có. Nhưng một người cầm lái giỏi mới biến được ý tưởng thành hiện thực. Người lái giỏi đưa ý tưởng hay thành hiện thực tốt đẹp, còn người lái tồi biến ý tưởng hay thành thảm họa. Bạn có thể dịch chuyển cuộc đời mình đến đâu?

Suy nghĩ và hành động nên vận hành cùng một nhịp. Đừng làm nhiều hơn mức mình suy nghĩ, cũng đừng suy nghĩ nhiều hơn mức mình hành động.

Biết mà không làm thì cũng như chưa biết. Hiểu biết thực sự phải được phản ánh qua hành động. Tri thức mà không đem ra thực hành thì vẫn còn dang dở. Hãy để trí tuệ không chỉ chuyển hóa tâm trí mà còn chuyển hóa cả đời sống thực tại của bạn. Hành động mới là thứ tác động đến cuộc đời bạn. Muốn đóng góp ngược lại cho thế giới thì phải thông qua sáng tạo, bởi không có cách nào cho đi mà không tạo ra. Nếu bạn chỉ biết mua sắm, bạn đang hưởng thụ thành quả sáng tạo của người khác.

Hãy để lại điều gì đó. Khi chín mươi tuổi nằm trên giường lúc lâm chung, thứ gì sẽ không chết theo bạn mà tiếp tục sống? Hãy xem đó như một cách nhìn nhận thế giới.

"Mày nghĩ mày giỏi hơn tụi tao à?" Câu hỏi hay hơn nên là: "Tôi đang tự nghĩ mình giỏi hơn bạn, hay chính bạn đang nghĩ tôi giỏi hơn bạn?" Tôi chưa bao giờ nghĩ những thứ đó cả! Sao lại phí thời gian chỉ trích thành tựu của người khác thay vì soi lại chính mình, hoặc nhìn thẳng vào những gì mình còn thiếu?

Mỗi người phải chịu trách nhiệm cho cuộc đời mình, và sự ngu dốt là một lựa chọn có chủ đích.

Không gì dạy người ta hay hơn chính tấm gương bạn đang sống. Bạn đang truyền động lực, hay đang dạy dỗ? Nếu bạn truyền đủ cảm hứng cho họ, họ sẽ tự mình lên đường. Tất cả những gì bạn có thể làm là truyền đủ cảm hứng cho họ. Còn dạy dỗ là truyền đạt kiến thức, trao lại những gì mình biết. Đó cũng là một hình thức sinh thành.

Thành công của một người không làm lu mờ ai khác, nó nên truyền cảm hứng và nâng đỡ những người xung quanh! Tôi có thể bay, và bạn cũng có thể bay! Những gì bạn đạt được có thể là tia hy vọng cho người khác, cho họ thấy rằng họ cũng có thể phá vỡ những niềm tin giới hạn và vươn tới giấc mơ của mình.

Viết lách thường được xem là một hành động cô

độc, nhưng sức ảnh hưởng của nó vượt xa người cầm bút. Khi ta chia sẻ trải nghiệm của mình, ta mở ra cánh cửa cho người khác soi chiếu vào cuộc đời họ, và biết đâu còn tìm được can đảm để bước vào những hành trình mới. Viết cho phép ta vượt qua giới hạn trải nghiệm của riêng mình, trao đi những góc nhìn và bài học có thể chạm sâu vào lòng người đọc. Khi ta kể câu chuyện của mình, ta cũng mời gọi người khác kể câu chuyện của họ. Rốt cuộc, viết là một hành động kết nối. Đó là cách chạm đến trái tim và tâm trí người khác. Đó là lời nhắc nhở rằng ta không đơn độc trong những vật lộn của mình, và rằng qua chia sẻ, ta có thể góp phần tạo nên một thế giới giàu lòng trắc ẩn và thấu hiểu hơn.

Với tôi, đạp xe ban đầu chỉ là một đam mê cá nhân, một niềm vui riêng tư kết nối tôi với thế giới theo những cách tôi chưa từng ngờ tới. Tôi từng xem nó như lối thoát và tự do của riêng mình, cách để giải tỏa tâm trí và giữ cho cơ thể năng động. Nhưng qua năm tháng, tôi nhận ra đam mê này không chỉ thuộc về mình tôi. Ba năm sau, giờ đây tôi có một nhóm bạn cũng bắt đầu đạp xe, được truyền cảm hứng từ niềm vui mà tôi tìm thấy trong đó. Mọi chuyện diễn ra thật tự nhiên. Đôi khi, chỉ cần sống thật với chính mình và theo đuổi đam mê, ta đã truyền cảm hứng cho người khác mà không hề hay biết. Thật vui khi biết rằng điều ta yêu thương tha thiết đã tác động tích cực đến cuộc sống của người khác. Chiếc xe đạp là lời nhắc nhở đẹp đẽ rằng đam mê của ta có thể tạo ra những vòng sóng lan tỏa, ảnh hưởng đến người khác theo những cách mà ta có thể không bao giờ hiểu hết. Nó cho thấy sức mạnh của lối sống chân thật và ôm lấy những gì mang đến niềm vui, bởi niềm vui ấy có thể lan truyền, thắp lên cảm hứng cho những người quanh ta.

Khi tự khám phá bản thân, bạn sẽ thấy mình đã

đang làm điều gì đó một cách tự nhiên và mang lại giá trị. Bạn chỉ cần nhận ra đó là gì. Đó không phải hồ sơ năng lực thông thường; không phải công việc giảng dạy điển hình; mô hình ấy không đúng. Hãy ngừng suy nghĩ theo lối mòn. Nếu Google, Netflix, Amazon nghĩ theo cách đó, họ đã chẳng bao giờ làm được những gì họ làm. Không có khóa học nào có thể dạy bạn làm điều bạn làm — chưa từng có tiền lệ — và chính điều đó mới thật sự thay đổi thế giới. Hãy ngừng nghe theo những gì xã hội đang nhồi nhét vào đầu bạn.

Có vô vàn định nghĩa về thành công. Nếu mục tiêu cuộc đời tôi đơn giản chỉ là tổ chức một chuyến đạp xe cộng đồng xuyên London, dẫn mọi người đi trên đường nhựa lẫn đường mòn, giúp họ khám phá thành phố theo cách mang đến kết nối và niềm vui thì sao? Tôi đã làm được rồi. Đó là giấc mơ thành hiện thực.

Thành công không nằm ở một thành tựu xa vời nào đó hay danh sách những ô cần đánh dấu. Ta nhận ra thành công ngay khoảnh khắc ta ngừng đuổi theo và bắt đầu nhìn thấy những thành công mà ta đang sống.

Thành công không phải thứ để đo bằng chức danh ta nắm giữ hay của cải ta tích lũy. Mà là về tự mình định nghĩa điều gì thật sự quan trọng với mình.

Điều tôi dần thấu hiểu là: ta đạt được thành công khi nhận ra mình đã thành công rồi, khi ngừng tìm kiếm sự công nhận từ bên ngoài và bắt đầu ghi nhận những giấc mơ mà mình đã biến thành hiện thực. Cái đẹp của nhận thức này là khi ta liên tục ghi nhận thành công của chính mình, ta cũng bắt đầu thấy rằng người khác đang sống theo thước đo thành công của riêng họ.

Không có chuẩn mực chung nào cho khái niệm

"thành đạt." Với người này, đó có thể là leo lên những nấc thang danh vọng trong sự nghiệp; với người khác, đó có thể là sống giản dị, ngày ngày đắm mình trong những gì mang đến niềm vui.

Thành công là điều rất riêng tư, và càng tôn trọng thành công của mình, ta càng có thể tôn vinh vô vàn cách mà người khác cũng đang thành công trong cuộc sống của họ. Có một dòng chảy dài của dòng dõi và di sản định hình nên con người ta, và khi ôm lấy điều đó, ta tự khắc tạc nên một vị trí riêng cho mình trong thế giới này. Tổ chức chuyến đạp xe ấy không chỉ là một sự kiện mà nó góp phần hiện thực hóa một giấc mơ, là minh chứng cho lối sống theo cách của riêng mình. Và đó mới là thành công thực sự. Đó là định hình cuộc đời theo giá trị, đam mê và tầm nhìn của bạn, không cần sự chấp thuận của thế giới để cảm thấy được công nhận. Và khi làm vậy, ta trở nên tự do để theo đuổi những gì thật sự quan trọng với mình, không phải vì bị buộc phải làm, mà vì chúng là phần mở rộng của chính con người ta.

"Nếu tôi cứ nghe theo những gì khách hàng nói, tôi đã chỉ chế tạo ra những con ngựa chạy nhanh hơn."

- Henry Ford

Khó nhất là ở chỗ này: thế giới sẽ không cho bạn câu trả lời, bởi họ không hiểu được đâu. Người ta có thể xem khát khao để lại di sản là ích kỷ, nhưng thật ra nó thiết yếu vô cùng. Bất kỳ thế hệ kế thừa nào cũng có thể mang đến những giải pháp cho các vấn đề lớn của nhân loại, thông qua tiến bộ công nghệ, qua cải cách giáo dục, qua chuyển biến xã hội. Khi bạn có người nối dõi, mọi thứ bạn gieo trồng có cơ hội vượt qua giới hạn của một kiếp người. Còn nếu không, bạn chỉ có quỹ thời gian hữu hạn của chính mình; không có cơ chế trao truyền, thì đó là tất cả những gì bạn có. Di sản chính là cách nhân rộng quỹ thời gian ấy, kéo dài nó vượt xa một đời người.

Những khoảnh khắc làm thay đổi cả cuộc đời đôi khi lại đến từ những nơi ta chẳng ngờ tới: một cuộc trò chuyện tình cờ giữa phố, hay những ảnh hưởng thầm lặng mà ta vô tình gieo vào lòng người xung quanh. Với tôi, di sản không nhất thiết phải vĩ đại hay được cả thế giới ngưỡng vọng. Nó nằm ở những dấu ấn còn đọng lại trong lòng người, ở cách ta lặng lẽ chạm vào thế giới, và ở những khoảnh khắc ta chọn trao đi điều gì đó có ý nghĩa, dù chỉ là một hạt cát nhỏ.

Thay vì bám chặt vào một ý tưởng cố định, tôi để di sản của mình lớn lên tự nhiên như cây cỏ. Tôi tin rằng những con đường mình đi qua, những mối duyên mình kết nối, sẽ tự khắc định hình nên nó. Bản thân hành trình đã là một phần di sản tôi để lại, và trong đó, tôi tìm thấy ý nghĩa. Chính vì cuộc tìm kiếm này không có hồi kết mà nó mới trọn vẹn đến vậy.

Di sản không chỉ là xây thêm tầng lầu lên nền móng sẵn có của mình. Nó là sự mở rộng ra mọi hướng. (Mà nghĩ cho cùng, trên dưới trái phải cũng chỉ là quy ước do con người đặt ra.) Di sản đòi hỏi đóng góp chủ động và không ngừng đổi mới, chứ không phải chỉ giữ nguyên những gì đang có. Muốn di sản trường tồn, nó phải sống động và tiến hóa theo thời gian, chứ không thể đứng yên một chỗ.

Di sản không phải chuyện thành công cá nhân; mà là góp một viên gạch vào công trình lớn hơn mình. Khi ta sống với ý thức về di sản, ta đảm bảo rằng những gì mình làm hôm nay sẽ còn vang vọng mai sau.

Giải Quyết Vấn Đề Và Khả Năng Thích Ứng

Ta không thể giải quyết một vấn đề bằng chính cái tâm thế đã sinh ra nó. Vấn đề xuất hiện bởi vì góc nhìn, công cụ hay kỹ năng ta đang có chưa đủ sức xử lý. Thử nghĩ mà xem, nếu lời giải đã nằm ngay trước mắt, thì làm gì còn gọi là vấn đề nữa.

Cho nên muốn giải quyết vấn đề, ta buộc phải thay đổi: đổi góc nhìn, đổi trạng thái, và nhiều khi phải học thêm cả những kỹ năng mới. Chính từ đây mà sự trưởng thành thực sự bắt đầu.

Trong kinh doanh, người ta gọi đó là nâng cấp năng

lực: rèn luyện những kỹ năng mới để đương đầu trực diện với thử thách. Thế giới không đứng yên, và những vấn đề của nó cũng không ngừng biến đổi. Công nghệ tiến hóa ra sao thì tư duy của ta cũng phải tiến hóa như vậy. Mà chìa khóa để lèo lái giữa dòng chảy ấy chính là biết cách vận dụng kiến thức linh hoạt theo từng hoàn cảnh.

Khả năng thích ứng là tài sản quý giá nhất bạn có thể sở hữu. Nhờ nó mà bạn có thể xoay chuyển tình thế, không ngừng tiến hóa, và nhìn những vấn đề cũ bằng con mắt hoàn toàn mới.

Chất lượng của một lời khuyên phụ thuộc rất nhiều vào chất lượng cuộc sống của người đưa ra lời khuyên ấy. Trí tuệ chỉ thật sự có sức nặng khi đến từ những người đã sống thật với những gì họ nói. Với họ, trải nghiệm tự nó đã là minh chứng hùng hồn hơn mọi lời lẽ.

Đôi khi, cách hay nhất để kiểm chứng một lời khuyên không phải là tranh cãi hay tìm cách biện minh, mà đơn giản là cứ làm theo rồi xem sao. Khi bạn chọn không phản ứng theo cảm xúc, sự thật sẽ tự tìm đường hiển lộ.

Có một điều trớ trêu là lời khuyên thường chỉ được chứng minh là đúng sau khi bị phớt lờ. Con người ta hay chống lại những lời khuyên mà mình cần nghe nhất. Rồi khi hậu quả ập đến, bài học mới vỡ lẽ ra.

Những lời góp ý khiến ta nhói lòng lại thường là những lời đáng giá nhất. Nếu ai đó nổi giận khi bạn góp ý chân thành, thì nhiều khả năng lời góp ý ấy đã chạm đúng chỗ đau. Phản ứng cảm xúc càng dữ dội, sự thật đằng sau càng đáng kể. Trưởng thành đến từ những khoảnh khắc không dễ chịu chút nào, khi ta buộc phải đối mặt với những điều mình chỉ muốn né tránh. Tuy nhiên, chống lại sự thật cũng là bản năng rất người. Ai mà chẳng muốn đẩy lùi những gì khiến mình cảm thấy bị đe dọa.

Khi cân nhắc một lời khuyên, dù nó đến từ kinh nghiệm cá nhân hay từ nền tảng văn hóa nào đó, ta cần thừa nhận một điều: sự thật không bao giờ là thứ cố định. Điều đúng với người này chưa chắc đã đúng với người khác. Tính tương đối ấy không chỉ áp dụng cho quan điểm, mà còn cho cả cách ta cảm nhận về sự an toàn và tổn thương của chính mình.

Cùng một thứ có thể khiến người này cảm thấy được che chở, nhưng lại khiến người khác cảm thấy bị phơi bày hoàn toàn. Hiểu được nghịch lý này rất quan trọng khi ta phải lèo lái qua những khúc quanh phức tạp của cuộc đời. Giống như lời khuyên có thể được nhìn qua nhiều lăng kính khác nhau, khái niệm an toàn và tổn thương cũng dịch chuyển tùy theo hoàn cảnh. Và chính trong vùng mờ của sự bất định ấy, ta vừa tìm thấy sức mạnh lớn nhất của mình, vừa chạm đến nỗi sợ sâu thẳm nhất.

Một vùng đất chưa từng có tội phạm lại rất dễ bị tổn thương khi một tên tội phạm đơn lẻ xâm nhập. Hắn có thể thao túng cả vùng đất ấy, đơn giản vì ở đó chẳng có cơ chế nào để đối phó với tội ác. Sự tự mãn dễ dàng lấn át những lo ngại về an toàn. Những điều tưởng chừng nhỏ nhặt, thường bị bỏ qua, lại có thể trở thành mối đe dọa nghiêm trọng. Ở những nơi không có nguy hiểm trước mắt, ta dễ buông lỏng cảnh giác. Nhưng khi sống ở nơi mà sinh tồn là cuộc chiến mỗi ngày, giác quan của ta sẽ trở nên sắc bén hơn nhiều. Như ở Colombia, người ta có câu "Đừng trao đu đủ", nghĩa là đừng tự biến mình thành mục tiêu dễ dàng, đừng tạo cơ hội cho tai họa tìm đến.

Nguyên tắc này không chỉ đúng với con người mà còn đúng với cả hệ sinh thái. Lấy nước Úc làm ví dụ, nơi nổi tiếng với muôn vàn sinh vật chết chóc. Sự biệt lập về địa lý cho phép động vật hoang dã nơi đây tiến hóa trong yên bình, tạo ra những loài chuyên biệt đến mức cực đoan. Thế nhưng, khi các loài này tiếp xúc với một thế giới đa dạng hơn, chúng buộc phải thích nghi, buộc phải phát triển những chiến lược sinh tồn khác đi. Điều này cho thấy hiểm nguy chính là động lực của tiến hóa, thúc đẩy không chỉ từng cá thể mà cả loài tiến về phía kiên cường hơn, dẻo dai hơn.

Một bà mẹ ở vùng quê nước Úc có thể lo sợ cá sấu ăn thịt con mình. Một bà mẹ ở thành phố có thể lo sợ xe SUV đâm phải con mình. Môi trường khác nhau, hiểm nguy khác nhau. Nhưng lúc nào cũng có sự đánh đổi.

Khả năng thích ứng tức thời thường phải trả giá bằng sự phát triển dài hạn. Ở môi trường mà ngày nào cũng là cuộc chiến sinh tồn, chẳng còn chỗ cho sáng tạo hay đổi mới vượt ra ngoài những nhu cầu căn bản. Áp lực phải liên tục đối phó với mối đe dọa trước mắt sẽ bóp nghẹt khả năng phát triển. Ngược lại, môi trường an toàn hơn mở ra không gian cho sự tiến hóa rộng lớn hơn, nơi các loài có thể phát triển những đặc tính phức tạp, vượt xa mức sinh tồn đơn thuần.

Thành công đòi hỏi tư duy chiến lược và khả năng tạo ra giá trị. Vậy điều gì thật sự thúc đẩy thành công, và làm thế nào để ta tạo ra giá trị có sức bền với thời gian?

Chiến Lược Kinh Doanh Và Tạo Dựng Giá Trị

Xét về mặt logic, bỏ ít công sức nhất mà thu về nhiều thành công nhất chính là cách sử dụng năng lượng hiệu quả nhất theo khoa học. Tại sao phải đổ thật nhiều sức lực mà kết quả thu về cũng chỉ bằng ấy? Chẳng có gì hợp lý ở đây cả. Đó là cảm xúc, không phải lý trí.

Hãy hiểu rõ bạn thật sự đang kinh doanh thứ gì. Ai cũng dễ nghĩ rằng một cửa hàng kính mắt cao cấp thì bán kính, hay một công ty kính áp tròng thì kinh doanh thị lực. Nhưng đó chỉ là bề nổi. Thứ họ thật sự mang đến cho khách hàng sâu xa hơn nhiều: sự tự tin. Họ không đơn thuần giúp người ta nhìn rõ hơn; họ trao cho người ta cảm giác chắc chắn để bước đi trong cuộc sống mà không chút do dự. Đó mới là thứ người ta tìm kiếm: cảm thấy hài lòng về vẻ ngoài của mình, về cách mình tương tác với thế giới. Thị lực chỉ là công cụ, còn sự tự tin mới là sản phẩm thật sự.

Lấy McDonald's làm ví dụ. Ai cũng thấy đó là chuỗi thức ăn nhanh, nhưng nhìn kỹ hơn, McDonald's thực chất là về bất động sản. Họ chọn những vị trí đắc địa, xây dựng giá trị xung quanh mảnh đất của mình, và bỗng nhiên chuyện chẳng còn liên quan gì đến bánh burger nữa. Cả khu vực hưởng lợi, còn McDonald's thì thu về theo những cách mà hầu hết mọi người chẳng hề nhận ra. Câu chuyện của 7-Eleven cũng tương tự. Họ có thể là cửa hàng tiện lợi đấy, nhưng họ đang chơi một ván cờ lớn hơn nhiều.

Starbucks cũng vậy. Bạn bước vào tưởng chỉ là uống cà phê, nhưng thực ra đó giống như một trung tâm phong cách sống. Người ta gặp gỡ ở đó, làm việc ở đó, sống một phần cuộc đời mình ở đó. Và hơn thế nữa, Starbucks đã tạo ra một thứ gì đó giống như ngân hàng thông qua ứng dụng và thẻ quà tặng của họ. Người ta nạp tiền vào đó, chẳng suy nghĩ gì nhiều, và số tiền ấy cứ nằm đó, làm việc cho Starbucks từ rất lâu trước khi một ly cà phê nào được rót ra.

Giờ hãy nghĩ về công việc của chính bạn. Bạn mang đến điều gì vượt ra ngoài những thứ hiển nhiên? Người ta thật sự nhận được gì từ bạn? Không phải lúc nào đó cũng là thứ bạn nghĩ mình đang bán. Có thể bạn đang trao đi sự tự do, sự an tâm, hoặc một thứ gì đó hoàn toàn khác. Hiểu được điều này có thể thay đổi cách bạn tiếp cận mọi thứ.

Bạn không cần phải thành lập công ty để được gọi là có doanh nghiệp. Nhìn Mafia mà xem! Thay vào đó, hãy tập trung vào thứ cốt lõi mà bạn muốn mang đến.

Trong kinh doanh, điều thật sự quan trọng là hành động, chứ không phải là suy nghĩ thái quá. Hành động tạo ra kết quả chứ không phải cứ ngồi đó mà chiêm nghiệm mãi. Người ta càng được giáo dục nhiều, càng dễ mắc kẹt trong đầu mình, phân tích đủ mọi kịch bản có thể xảy ra. Nhưng kinh doanh không chờ đợi ý tưởng hoàn hảo; nó vận hành theo tốc độ của hành động.

Đừng để những chi tiết vụn vặt hay thứ gây xao nhãng làm bạn lạc hướng. Hãy tập trung vào mục tiêu chính: kiếm tiền một cách hiệu quả và hiệu suất. Hãy tiếp cận mỗi nhiệm vụ với tâm thế rằng mình sẽ thất bại. Thất bại nhanh, thất bại thường xuyên, và gạt những sai lầm ấy sang một bên cho xong. Hãy đón nhận trước rằng sẽ có trở ngại, và hiểu rằng đó là một phần của quá trình. Thất bại không phải thứ để né tránh mà là thứ để lướt qua cho nhanh. Cứ thất bại bảy lần nếu cần, nhưng mỗi lần ngã là một bước đưa bạn đến gần thành công hơn.

Đó là lý do trường học là nơi an toàn để thất bại, nhưng ngay cả sự an toàn ấy cũng có cái giá của nó. Với mỗi điểm số hoàn hảo, bạn đang đánh đổi cơ hội được mắc sai lầm. Điểm số chỉ là những con số. Chúng không chuẩn bị cho bạn bước vào thế giới thực, nơi mà học hỏi diễn ra thông qua thất bại, thích nghi và hành động. Điểm cao có thể cho bạn cảm giác thành tựu, nhưng chúng không dạy bạn sự kiên cường hay sự nhanh nhạy mà bạn cần để phát triển trong kinh doanh. Chìa khóa là hành động. Đừng chờ sự hoàn hảo, đừng chờ ai phê duyệt, và đừng để suy nghĩ quá nhiều làm tê liệt bạn. Mỗi sai lầm là một bài học, mỗi thất bại là một bước tiến gần hơn đến quy trình hoàn thiện của bạn. Không có sự va chạm thì không có trưởng thành, và kinh doanh chính là sân chơi tối thượng cho những va chạm như thế.

Bán hàng = kinh doanh.

Đây là tiền đề mà người ta cứ bỏ lỡ mãi. Cốt lõi của mọi doanh nghiệp là trao đổi giá trị. Người kinh doanh thì lúc nào cũng kinh doanh. Trao đổi giá trị chính là kinh doanh. Nếu bạn đang tạo ra giá trị, bạn đang kinh doanh rồi đó.

Ngay từ bước đầu tiên, bạn đã có thể thắng: khiến ai đó tin vào bạn, thuyết phục được ai đó. Thuyết phục một người nhìn thấy giá trị trong thứ bạn mang đến, bản thân điều đó đã là một giao dịch rồi.

Có ba quy tắc trong kinh doanh:

1. *Biết nhận ra người tài.*
2. *Biết dùng người tài.*
3. *Biết ơn. Có lòng trắc ẩn, đền đáp xứng đáng cho những ai làm tốt.*

Khi người ta làm việc để hiện thực hóa giấc mơ của bạn, họ đang trao đi một phần bản thân mình để giúp bạn xây dựng điều gì đó. Đền đáp họ xứng đáng, thể hiện sự trân trọng, và trao lại một phần của chính bạn sẽ tạo nên sợi dây gắn kết sâu sắc hơn. Có một khía cạnh tâm linh trong kinh doanh mà nhiều người không nắm bắt được: bạn không chỉ đang xây dựng một công ty, bạn đang xây dựng những mối quan hệ. Con người cần cảm thấy được trân trọng, không chỉ vì công sức họ bỏ ra mà còn vì những đóng góp của họ cho tầm nhìn lớn hơn.

Nhận ra người tài xuất phát từ sự đồng cảm, từ khả

năng thay đổi góc nhìn của mình. Vốn liếng kinh nghiệm bạn tích lũy được qua những lần tiếp xúc với người khác sẽ cho bạn bức chân dung chính xác nhất về một con người. Mỗi khi gặp ai đó, ta sao chép người ấy thành một nguyên mẫu trong não mình. Từ hàng nghìn nguyên mẫu như thế, khi gặp một người tương tự, bạn có thể dự đoán được họ sẽ hành động ra sao.

Công việc làm thuê là gì? Nó giống như một vùng đất cạnh tranh. Bạn không nên xem công việc làm thuê là đỉnh cao của cuộc đời mình, trừ khi bạn thật sự hiểu rõ mình đang làm gì. Muốn kinh doanh, bạn cần nâng cấp bản thân để giải quyết vấn đề. Hãy kinh doanh bởi vì đó vốn đã là mục đích sống của bạn.

Được nhìn thấy những người hết mình vì sự nghiệp truyền cho tôi động lực phấn đấu xuất sắc theo cách của riêng mình, nhưng điều đó không khiến tôi nghi ngờ những lựa chọn của bản thân. Ngược lại, nó càng củng cố thêm một ý niệm: thành công là thứ mang tính chủ quan và rất riêng tư với mỗi người.

Thành công trong nghề nghiệp gắn liền trực tiếp với sự trưởng thành của bản thân. Vậy những chiêm nghiệm cá nhân của ta định hình hành trình nghề nghiệp ra sao? Đã đến lúc ta nhìn vào gương.

Những Chiêm Nghiệm Cá Nhân Về Đời Sống Nghề Nghiệp

Bạn tự tay dựng nên nhà tù của chính mình, và cũng chính bạn thiết kế chiếc lồng giam giữ mình.

"Mỗi đứa con phải có một căn nhà và năm nghìn bảng mỗi tháng thì tôi mới cảm thấy an tâm." Ảo tưởng về sự an toàn thông qua của cải vật chất thường phản tác dụng. Nó biến bạn thành mục tiêu cho những kẻ liều lĩnh hoặc tàn nhẫn, sẵn sàng làm mọi thứ vì tiền.

Dựa dẫm hoàn toàn vào của cải vật chất để có cảm giác an toàn giống như cầm một con dao hai lưỡi. Nó có thể mang đến sự thoải mái nhất thời, nhưng đi kèm với đó là những rủi ro không nhỏ. An toàn thật sự nên bắt nguồn từ một cuộc sống cân bằng, nơi của cải vật chất không phải trụ cột duy nhất. Đầu tư vào các mối quan hệ, vào cộng đồng, và vào khả năng phục hồi của bản thân sẽ mang đến cảm giác an toàn và bình yên sâu sắc hơn, bền vững hơn.

Chuyện được công nhận là "bậc thầy" trong lĩnh vực nào đó lại phụ thuộc vào những người đặt ra tiêu chuẩn. Họ quyết định thế nào là giỏi, thế nào là đủ. Còn bạn, hành động của bạn mới là thứ lên tiếng. Xã hội có sẵn một danh sách những thứ được coi là "đáng để giỏi". Một cái khung chật hẹp gồm các kỹ năng và thành tựu sẽ được vỗ tay tán thưởng. Thử hỏi, liệu bạn có thể nói được điều gì từ góc nhìn hạn hẹp của mình mà không dính dáng đến kỹ thuật hay tiền bạc không?

Có một bậc thầy ở Trung Quốc đã luyện đến mức hoàn hảo nghệ thuật rót nước xuyên qua lỗ vuông của đồng xu cổ mà không chạm vào mép. Vậy người ấy có được công nhận là bậc thầy không, hay chỉ là kẻ rất giỏi nghịch nước?

Bố mẹ đã gieo vào tôi tinh thần chăm chỉ và ý chí kiên cường từ thuở nhỏ. Dù chúng tôi thường không cùng quan điểm về tương lai của tôi nên đi theo hướng nào, tôi hiểu rằng đằng sau tất cả, họ chỉ muốn nhìn thấy tôi thành công. Dù có bất đồng, giờ đây tôi nhận ra tình yêu và nỗi lo lắng ẩn sau những lời dạy bảo ấy. Cách họ nhìn nhận về công việc đã định hình nên cách tôi hiểu về thành công, dù theo năm tháng, tôi đã dần hình thành cách hiểu của riêng mình.

Với bố mẹ tôi, tiêu chí cho một công việc "đàng hoàng" rất rõ ràng:

1. Phải là công việc truyền thống, loại mà ai cũng mơ ước.

Nhưng khoan, tại sao chúng ta cần một công việc?

Thật ra bạn chỉ cần tiền thôi. Tiền để làm gì đó. Vậy định nghĩa của công việc là gì? Sự ổn định chăng?

2. Thu nhập phải khá khá (tùy hoàn cảnh mà so).

3. Phải được xã hội công nhận là nghề "thật sự".

4. Phải yêu thích công việc đó.

Còn những công việc không theo khuôn mẫu, kiểu làm cuối tuần, không có ngày phép, không có kỳ nghỉ, thì bị nhìn với con mắt đầy hoài nghi.

Daniel điều hành công ty suốt hai mươi năm, vậy mà

bố mẹ anh chưa bao giờ coi đó là công việc thật sự. Mà kể cả khi bạn làm đúng mọi thứ bố mẹ muốn, vẫn sẽ có chỗ để trách. Nhưng mà, nhưng mà... Sao hồi trẻ con không đi du lịch? Sao con không có nhiều bạn bè hơn? Bạn có thể dâng hiến cả đời cho bố mẹ, rồi đến cuối đường mới ngộ ra: hóa ra tất cả những gì mình làm chỉ để được họ gật đầu.

Thật ra chẳng có sợi xích nào đang trói bạn cả. Chính bạn đang cầm sợi xích ấy trong tay, tự để những kỳ vọng của họ chi phối mình. Bạn có quyền định nghĩa sự xuất sắc theo cách của riêng bạn. Thay vì mãi tìm kiếm sự công nhận từ bên ngoài, hãy hướng về sự thỏa mãn bên trong. Hành động của bạn, khi được thúc đẩy bởi đam mê và giá trị của chính bạn, mới là thước đo thật sự, vượt xa mọi bảng tiêu chí mà xã hội đặt ra.

Một phần cuộc đời tôi xoay quanh chuyện được bố

mẹ chấp nhận. Mà muốn thành công theo kiểu làm người khác vui lòng thì thường phải đi theo những kỳ vọng của xã hội, theo những gì đã được quy ước sẵn.

Phải thành công, nhưng cũng phải theo khuôn khổ. Sức khỏe, sự an toàn là những thứ không được phép đánh đổi.

Chúc phúc hay cho phép? Họ không chấp nhận được cách tôi muốn sống, nên thay vào đó họ áp đặt cách của họ. Họ làm vậy không phải để tôi được tự do hay hạnh phúc, mà là đang dùng quyền lực của vai trò bố mẹ để bắt con cái nghe theo. Nền tảng của quyền lực ấy chỉ gói gọn trong một câu: "Mẹ là mẹ con" hay "Bố là bố con." Nếu bạn buông bỏ được danh xưng "con gái", họ chẳng còn quyền lực gì trên bạn nữa.

Chúng ta là thế hệ hưởng lợi từ những hy sinh của

họ. Nhưng liệu bạn có muốn họ phải chịu khổ như thế không? Họ đã hy sinh vì chúng ta, đúng, nhưng có ai bắt họ sống như vậy đâu. Biết đâu hồi trẻ họ cũng chẳng nghe lời bố mẹ mình. Vậy sao lại bắt tôi chịu trách nhiệm về những hy sinh đó trong khi chính họ đã chọn sinh ra tôi? Tôi là một dự án hay một con thú cưng?

Trẻ con thời nay lớn lên và tự tìm cách định hướng trong thế giới hiện đại theo cách của chúng. Còn bố mẹ thì cứ gieo rắc nỗi sợ, gieo rắc hoài nghi, làm rung chuyển cả thế giới ấy. Hay là tôi đi làm bất động sản nhỉ? Phải bán bao nhiêu căn nhà thì họ mới hài lòng? Hay tôi trở thành mục sư? Tôi có thể về quê hương mở trại trẻ mồ côi, nghe có vẻ rất được xã hội chấp nhận đấy chứ.

Làm công tác xã hội có lẽ sẽ cho tôi sự tự do. Nhưng ngay cả khi đó, tôi cũng chẳng thật sự tự do. Vậy lý do thật sự khiến tôi chưa tự do là gì?

Có lẽ câu trả lời nằm ở những kỳ vọng tôi đang mang trên vai, không chỉ của người khác mà còn của chính mình. Có lẽ tôi đúng là kiểu con gái hay làm bố mẹ thất vọng. Tôi không muốn đánh mất chính mình, nhưng tôi muốn tìm được sự bình yên. Chấp nhận rằng mình là người "biết mười thứ mà chẳng giỏi thứ nào" sẽ mang đến cho tôi sự bình yên, dù điều đó không làm họ bớt buồn. Nhưng ngay khoảnh khắc tôi chấp nhận điều này, tôi đã tước đi quyền lực của bất kỳ ai muốn chỉ trích hay hạ thấp tôi.

Nỗi sợ làm người khác thất vọng vẫn còn đó, nhưng nó dần mất sức mạnh khi tôi ngừng đánh mất chính mình. Càng chống lại cái nhu cầu phải uốn mình theo kỳ vọng của người khác, tôi càng tiến gần hơn đến sự bình yên. Ngay khoảnh khắc tôi chấp nhận con người mình, con người với nhiều kỹ năng, nhiều đam mê, nhiều ngã rẽ, tôi giành lại quyền năng của mình. Có thể tôi sẽ chẳng bao giờ đáp ứng được lý tưởng của họ, nhưng tôi sẽ thỏa mãn được nhu cầu sống thật và sống đúng với chính mình. Và đó mới là nơi tự do thật sự của tôi.

Bố mẹ luôn mặc định rằng tôi sẽ sống thọ. Nhưng nếu tôi chỉ sống đến ba mươi tuổi thì sao? Tôi còn bao nhiêu thời gian? Rốt cuộc mọi chuyện quy về một câu hỏi: tôi có thể đạt được mọi thứ nhanh đến mức nào. Tôi biết một bạn mười bốn tuổi đã có bằng thạc sĩ rồi. Rồi sao nữa? Mười lăm tuổi nên đi sinh con à? Họ đang chạy theo một lịch trình do xã hội vạch sẵn, chỉ để được giống như mọi người.

Tôi yêu cờ vua, và trong cờ vua, tôi đặc biệt yêu quân mã. Nó không đi theo lối mòn. Nó nhảy qua những chướng ngại vật khiến các quân khác phải dừng bước, tìm đường đi không phải bằng những đường thẳng mà bằng lối nghĩ vượt ra ngoài khuôn khổ.

Nhưng ngay cả quân mã, với tất cả sức mạnh của nó, cũng có giới hạn. Nó cần quân hậu và các quân khác yểm trợ, và mỗi nước đi phải được cân nhắc trong bối cảnh toàn bàn cờ. Không quân nào, dù mạnh đến đâu, có thể chiến đấu một mình. Trong cuộc sống, tôi rất ý thức về giới hạn của bản thân và tầm quan trọng của những người đứng sau hỗ trợ mình. Giống như quân mã không thể di chuyển mà không tính đến thế trận xung quanh, tôi cũng không đưa ra quyết định mà không nghĩ đến những người và nguồn lực đang tiếp sức cho mình.

Hãy tận dụng lợi thế bạn có. Bạn muốn kiếm tiền, hay bạn muốn được chơi? Bạn đã cho tôi một thứ gì đó, và từ đó tôi đã tạo ra nhiều hơn thế. Một di sản lớn lao chính là sứ mệnh phụng sự lớn lao nhất bạn có thể làm được. Đó cũng là món quà đẹp nhất bạn có thể tặng cho người mẹ của mình.

Những đứa trẻ lớn lên trong nghèo khó thường tìm thấy niềm vui và sự mãn nguyện theo những cách mà người ta dễ bỏ qua. Dù không có của cải, trải nghiệm sống và sức sống mãnh liệt của chúng lại mang đến góc nhìn độc đáo về điều gì mới thật sự quan trọng. Thường thì chính bố mẹ mới là người cảm thấy ngượng ngùng vì không thể cho con nhiều hơn. Thế nhưng, trong những chuyến đi đến Nam Mỹ, tôi nhận ra điều đó không hoàn toàn đúng. Làm sao bạn có thể nói những người này bất hạnh chỉ vì họ không được làm những tay tiêu dùng siêu hạng như chúng ta?

Bạn đã nhìn thấy nụ cười trên gương mặt họ chưa? Họ có gì mà chúng ta không có?

Trong kinh doanh, dường như lúc nào cũng là

chuyện nâng cấp: tốt hơn, nhanh hơn, nhẹ hơn. Lối nghĩ này có thể khiến bạn xem mọi thứ là đương nhiên, đến mức những thứ đơn giản, căn bản nhất cũng không còn đủ tốt nữa. Thế nhưng trong những chuyến đi, tôi học được điều ngược lại. Khi không có quá nhiều lựa chọn, bạn được tập trung vào những thứ khác quan trọng hơn: cộng đồng, niềm vui, thiên nhiên.

Đó là sự tương phản rõ rệt với kiểu hạnh phúc bị dẫn dắt bởi tiêu dùng, thứ ta thường thấy ở những xã hội giàu có. Cuộc chạy đua không ngừng theo của cải vật chất và áp lực xã hội phải cho con thật nhiều có thể che mờ đi bản chất thật sự của việc làm bố mẹ và của tuổi thơ. Nụ cười trên gương mặt những đứa trẻ ấy là nụ cười thật, bắt nguồn từ những mối quan hệ, từ những trải nghiệm, và từ tình yêu thương chúng nhận được từ gia đình. Thứ chúng có mà nhiều người trong chúng ta đang thiếu chính là ý thức về cộng đồng, sự mãn nguyện với những gì mình có, và khả năng trân trọng những niềm vui giản đơn trong đời. Chúng tìm thấy hạnh phúc không phải trong việc tích góp đồ vật, mà trong sự phong phú của những kết nối giữa người với người và vẻ đẹp của những trải nghiệm thường ngày.

Góc nhìn này thách thức chúng ta suy nghĩ lại về việc "lo cho con cái" thật sự có nghĩa là gì, và cân nhắc những giá trị vô hình góp phần tạo nên một cuộc sống thật sự viên mãn.

Những Chiêm Nghiệm Về Tài Chính Và Xã Hội

Tiền bạc đòi hỏi ở bạn đúng cái giá mà xã hội đặt ra cho quyền được tồn tại trong nó. Giống như chơi Scrabble hay Uno, bạn có bao giờ hỏi mỗi quân bài đáng giá bao nhiêu không? Đó là phí để bạn được ngồi lại bàn chơi. Tiền cũng chỉ là một công cụ, chẳng khác gì ngôn từ. Hỏi tiền có giá trị gì cũng giống như hỏi suy nghĩ của bạn đáng bao nhiêu vậy.

Tiền là thứ dễ đo đếm nhất vì nó đã có sẵn những con số gắn liền. Nhưng sự hiện diện thì ngược lại, đó là thứ khó định lượng nhất, bởi mỗi người cảm nhận nó theo một cách riêng. Giá trị của sự hiện diện phụ thuộc vào mối quan hệ giữa bạn và người đối diện. Mẹ khác, bạn thân khác, người lạ lại càng khác.

Năng lượng nữ tính thiêng liêng có sức lan tỏa chạm đến tất cả mọi người. Một sự xuất hiện đầy ấn tượng cũng vậy. Giờ hãy thử làm ngược lại: rời khỏi một bữa tiệc mà không ai hay, hoặc có mặt ở đó mà không nói chuyện với bất kỳ ai. Khó hơn bạn tưởng rất nhiều đấy. Cả hai trải nghiệm ấy đều dạy bạn những bài học quý giá về sự hiện diện và sức ảnh hưởng của mình.

Tiền chính là định nghĩa của kinh doanh. Thương trường chỉ có một thước đo duy nhất, đó là tiền. Dù bạn làm bao nhiêu chuyện thiện nguyện, bao nhiêu nghĩa cử đẹp đẽ, thì đích đến cuối cùng vẫn là: kiếm thêm tiền.

Đừng làm gì cả. Nhưng làm sao để không làm gì mà vẫn có tất cả?

Những Mô Hình Kiếm Tiền

Hãy cùng khám phá những cách mưu sinh phổ biến và thú vị nhất mà con người ta vẫn theo đuổi.

Doanh Nghiệp

Đây là lối đi truyền thống. Bạn leo từng nấc thang trong hệ thống doanh nghiệp, giành lấy các đợt thăng chức, đổi lại một nguồn thu nhập ổn định. Hầu hết phụ huynh đều mơ ước con mình đi theo con đường này, vì theo cách hiểu thông thường, đó chính là sự an toàn. Nhưng nói thật, nó không dành cho tất cả mọi người. Bạn đang đánh đổi tự do để lấy một tấm phiếu lương. Giống như chú chuột hamster chạy mải miết trên vòng quay, được trang bị máy lạnh và bảo hiểm y tế để chữa trị những tổn thương mà chính cái vòng quay ấy gây ra. Bạn sẽ có một khoản lương đều đặn, và kèm theo đó là những bài học về chính trị công sở.

Đầu Tư

Đầu tư thực chất cũng giống cờ bạc, chỉ khác là người chơi khoác vest và thắt cà vạt. Cổ phiếu, đặt cược, bất động sản, đủ cả. Đầu tư là cách bạn bắt đồng tiền làm việc thay mình. Muốn vậy cần có kiến thức, chiến lược, và một sức chịu đựng rủi ro nhất định, chứ không phải cứ rải tiền ra rồi ngồi cầu may. Suy cho cùng, cờ bạc cũng chỉ là một trò chơi mà tiền đóng vai quân cờ.

Không Làm Gì Cả

Hãy nghĩ đến các vị tu sĩ, nữ tu, hay những con người cống hiến trong các tổ chức phi chính phủ. Họ không sống vì tiền. Sự giàu có của họ nằm ở chỗ tâm hồn được viên mãn, hoặc ở niềm vui khi giúp đỡ người khác. Ít người dám bước vào con đường này, nhưng phần thưởng lại lớn lao vô cùng, nếu bạn không bị vật chất chi phối.

Tự Làm Chủ

Nghe thì oai lắm, cho đến khi bạn nhận ra mình cũng chính là người quét dọn, kế toán, và đôi khi là nhân viên duy nhất. Hãy nhớ rằng, sau mỗi thiên tài được tung hô, có cả ngàn người đã thất bại trong im lặng mà chẳng ai biết đến. Con đường này cần đam mê, cần ý chí bền bỉ, và đôi khi, cần cả một chút may mắn nữa.

Thừa Kế

Có những người sinh ra đã nằm trên đống tiền. Đây là cách dễ nhất, nhưng kèm theo đó là muôn vàn vấn đề riêng. Muốn giữ được tài sản, bạn cần kỷ luật và những quyết định sáng suốt. Nếu không, tất cả có thể tan thành mây khói bất cứ lúc nào.

Hôn Nhân

Kết hôn vì tiền ư? Cũng giống như sáp nhập hai công ty vậy. Nếu làm đúng cách, đó có thể là một sắp xếp tuyệt vời. Chẳng lãng mạn chút nào, nhưng đó là chiến lược mà một số người lựa chọn.

Tự Cung Tự Cấp (Không Dùng Tiền)

Từ bỏ phố thị, tự tay trồng trọt và sống hòa mình với thiên nhiên nghe thì thơ mộng lắm, cho đến khi bạn phải vật lộn với một con gà chỉ để có bữa tối. Không phải ai cũng theo nổi, nhưng nếu làm được, cảm giác mãn nguyện ấy khó có gì sánh bằng.

Hoạt Động Phi Chính Phủ

Làm cho tổ chức phi chính phủ có thể bấp bênh về tài chính, nhưng tâm hồn lại được bù đắp trọn vẹn. Có hai hướng đi: hoặc bạn đã đủ giàu để tự lo cho bản thân trong khi cống hiến, hoặc bạn chọn sống giản dị và để lý tưởng dẫn lối thay vì đồng lương.

Sáng Tạo

Tạo ra một thứ gì đó mới mẻ, dù là nghệ thuật, cải tiến công nghệ, hay gây dựng một doanh nghiệp, đó chính là nơi ngọn lửa đam mê đích thực bùng cháy. Tất cả xoay quanh nhiệt huyết và trí tưởng tượng. Bạn đang mang đến đời một thứ chưa từng tồn tại, và nếu nó chạm đúng đích, phần thưởng nhận lại sẽ vượt xa mọi kỳ vọng.

Bậc Thầy Chuyên Môn

Đây là con đường để trở nên xuất chúng trong một lĩnh vực duy nhất. Dù là luật sư hàng đầu, bác sĩ phẫu thuật lừng danh, hay chuyên gia đỉnh cao trong bất kỳ ngành nào, khả năng tinh thông tường tận tự nó đã mang về phần thưởng xứng đáng. Bạn mê xe đạp ư? Vậy thì hãy trở thành người giỏi nhất trong thế giới xe đạp.

Thế giới rộng lớn lắm, có rất nhiều thứ đang chờ bạn! Lựa chọn không chỉ nằm giữa làm thuê cho người khác hay tự mình gánh vác, mà còn rộng hơn thế rất nhiều.

Đừng bao giờ nhìn vào những gì người ta làm ở tầng bề mặt. Không ai bị bắt buộc phải làm bất cứ thứ gì cả. Tất cả đều là sự lựa chọn, và khác biệt nằm ở cách họ chọn để thực hiện nó.

Tiền bạc chỉ là một cái bẫy, để giữ chân những người không có tiền tiếp tục lao động vì nó. Nó khiến kẻ giàu ngày càng giàu thêm, cũng giống như tôn giáo được dùng để giải khuây cho đám đông, khiến họ không bắt đầu nghĩ đến những chuyện khác. Để họ cứ vui vẻ sống và không nổi loạn. Những người cai trị đất nước có tiền từ thuở lọt lòng. Bạn không thể đánh bại một kẻ sinh ra đã có sẵn cả gia tài. Dù bạn có cày cuốc mười kiếp, bạn vẫn không thể. Cách duy nhất để thắng họ là đừng chơi, đừng lao vào cuộc chơi của họ. Nếu bạn thật sự muốn giàu, đừng cố làm con ong chăm chỉ nhất trong đàn. Hãy thử sống như chính những người giàu: bản thân họ không hề làm, và họ cũng chẳng tin vào chuyện phải lao lực.

Kiếm Được

Nhiều người nghĩ 100 nghìn đô là con số khó kiếm nhất trên đời, trong khi với một số người, họ chỉ cần đưa tay ra là có. Khái niệm "kiếm được" thật ra nhỏ bé lắm. Bạn cứ việc thuyết giảng cho tôi về chuyện lao động đổi lấy thành quả, còn tôi thì cứ thong dong tận hưởng cuộc sống ngoại ô của mình. Bạn đang cố chứng minh điều gì chứ? Thì đã sao nếu tôi không đổ mồ hôi sôi nước mắt mới có được nó? Tôi sinh ra đã có sẵn rồi. Bạn đã đến được Trái Đất này đấy thôi. Vậy bạn có tự "kiếm được" con người mình không? Có tự "kiếm được" nơi mình đang đứng không? Thật ra, bạn chưa bao giờ kiếm được bất cứ thứ gì, dù có nghĩ thế nào đi nữa.

Vì tôi kiếm được tiền, nên tôi mới xứng đáng được sống ư? Thật phi lý. Giá trị và quyền tồn tại của mỗi con người không thể chỉ đo bằng những đóng góp kinh tế, mà phải được nhìn nhận từ phẩm giá nội tại và những phẩm chất độc đáo mà ta mang đến cho thế giới này. Giá trị của bạn đã sẵn có trong chính con người bạn, trong lòng tốt bạn trao đi, trong những mối liên kết bạn dệt nên, và trong tầm ảnh hưởng bạn tạo ra bằng sự chân thật của mình. Hãy theo đuổi những thứ thật sự có ý nghĩa với bạn. Đừng để đến "lần sau", hãy bắt đầu ngay bây giờ.

Con vẹt giữa biển chim cánh cụt.

Muốn hiểu một con người, trước hết bạn cần nắm được cách họ nhìn nhận thế giới. Có những người tin rằng sống tức là phải kiếm tiền. Và những người cùng quan điểm thường hay kéo nhau lại, bởi họ củng cố cho nhau lối nhìn ấy và không bao giờ dám đặt câu hỏi ngược. Vậy với bạn, giàu có nghĩa là gì? Mưu sinh là gì? Nếu tôi sống trên một trang trại, chẳng bao giờ cần dùng đến tiền, thì có gọi là mưu sinh không?

Câu Chuyện Của Ngư Dân Và Thương Nhân

Ngư dân là những bậc thầy đánh cá. Giới thương nhân kéo đến theo dõi họ. Người ngư dân bắt được một con cá, rồi thêm một con nữa để bán lấy tiền bảo dưỡng chiếc thuyền. Xong xuôi, ông trở về nhà, ôm cây guitar và quây quần bên gia đình.

Những thương nhân Trung Hoa nảy ra một ý: Sao ông không bắt thêm thật nhiều cá, mang ra chợ bán lấy tiền, rồi sắm thêm thuyền, thuê thêm người, gây dựng cả một đế chế đánh bắt hải sản, tạo nên vương quốc phồn thịnh cho tôi?

Người ngư dân đặt sự cân bằng và lòng mãn nguyện lên hàng đầu, tận hưởng nét giản dị trong cuộc sống thường ngày. Còn thương nhân thì nhìn đâu cũng thấy cơ hội để mở rộng và tăng trưởng. Chính sự khác biệt ấy mở ra một cuộc thảo luận sâu hơn về bản chất của cạnh tranh.

Khi tài nguyên có hạn, cạnh tranh là điều tất yếu. Nếu con người thật sự sống bền vững, sẽ chẳng còn cạnh tranh, chẳng cần tranh giành tài nguyên nữa. Bản năng ganh đua đã ăn sâu vào cốt lõi của chúng ta. Nhưng ganh đua với ai? Với cái gì? Không phải với nhau, mà với một thứ gì đó hoàn toàn khác.

Bản năng ấy không hiện hữu trong mọi thứ đâu. Bạn có thể thích cạnh tranh, thích thử thách. Nhưng nếu vậy thì sao không tự chặt chân mình đi? Đó chẳng phải là một thử thách tuyệt vời hay sao?

Cạnh tranh tồn tại dưới muôn hình vạn trạng. Lối nghĩ phổ biến nhất là: nâng cấp, vượt lên, bóc lột thêm. Nếu bạn bỏ cả đời theo đuổi một nàng công chúa, bạn sẽ kiếm được gấp nhiều lần số tiền mình từng cần. Tiền chỉ là công cụ, đó mới là thứ bạn thật sự cần hiểu. Nhưng thay vì hiểu ra như vậy, bạn lại nghĩ: "Tôi muốn trở thành một nô lệ giỏi hơn." Tại sao tôi phải cho đi tất cả rồi bắt đầu lại từ số không? Mà ai thật sự bắt đầu từ số không bao giờ? "Số không" là gì, và nó "thấp" đến đâu? Đó chỉ là khái niệm do con người đặt ra, một lời phán xét về cái gọi là "đáy." Bạn nhìn thấy đáy ở đâu?

Tại sao bạn không nghĩ rằng mình đang tự do? Chúng ta tự do đến mức khó tin, vậy mà rất nhiều người lại tự tay dựng lên chiếc lồng cho chính mình, rồi cảm thấy buộc phải cật lực để thoát ra. Tại sao phải làm thế? Hãy đi thấp hơn. Bạn hoàn toàn có thể bỏ qua những nấc thang ấy mà vẫn kiếm được tiền. Nhưng thay vì nghĩ nhỏ, hãy nghĩ đến hàng triệu. Nếu muốn có bản kế hoạch kinh doanh, hãy cưới một nàng công chúa, một tài sản biết tự sinh lời. Lập gia đình sớm, đầu tư sớm, để tiền bắt đầu đẻ ra tiền từ sớm. Nhưng không, phần đông sẽ chọn làm con ong thợ cần mẫn suốt đời. Và bạn sẽ không bao giờ giàu lên bằng cách đó. Tuy nhiên, ai cũng có một bộ óc biết suy nghĩ, nên biết đâu một ngày nào đó, họ sẽ tỉnh ngộ.

Bạn hoàn toàn có thể chạm đến đỉnh cao mà không cần tự hủy hoại mình vì công việc. Xã hội hay đánh đồng sự cần cù với sự xuất sắc, nhưng tại sao cứ phải lao lực đến kiệt sức mới được gọi là thành công? Có một sai lầm rất lớn trong niềm tin rằng sự xuất sắc chỉ đo được bằng mức độ lao động không ngừng nghỉ.

Lý trí thường dựng nên cả một thế giới xung quanh ta chỉ để hợp lý hóa những cảm xúc và niềm tin có sẵn. Cuối cùng, chúng ta tạo ra một lâu đài cát tưởng tượng, nơi sự cần cù được tôn sùng như đức hạnh cao nhất. Nhưng ai là người được lợi từ lâu đài cát ấy?

Chắc chắn không phải kẻ đang mải miết xúc cát, để

rồi sóng ập vào cuốn trôi tất cả. Sự cần cù khi bị tôn thờ quá mức sẽ trở thành một ảo ảnh, một sản phẩm thuần cảm tính. Thứ thúc đẩy nó không phải sự hiệu quả hay trí tuệ, mà là lối lãng mạn hóa sự vất vả. Chúng ta được dạy rằng chỉ khi làm nhiều hơn, hy sinh nhiều hơn, ta mới xứng đáng với thành công. Nhưng sự thật không nằm ở chỗ bạn làm bao nhiêu, mà ở chỗ bạn làm khôn ngoan đến đâu.

Hiệu quả mới là chìa khóa của tiến bộ đích thực.

Thứ hàng hóa duy nhất thật sự có giá trị chính là thời gian. Bạn có thể tỉnh thức với bản thân mình, và bạn cũng có thể tỉnh thức với thời gian.

Mỗi khi gặp những người phụ nữ nói rằng họ muốn ở nhà làm mẹ toàn thời gian, câu nói ấy đã chứa biết bao kỳ vọng ngầm rồi! Nó có nghĩa là: "Tôi muốn một người chồng có công việc doanh nghiệp lương cao." Không ai thật sự chỉ muốn ở nhà làm mẹ đâu.

Đằng sau đó còn rất nhiều thứ nữa: bạn có thể ở nhà cả ngày, nhưng đó không phải ý mà cô ấy muốn nói. Trong câu ấy đã có sẵn cả trăm điều kiện: chồng, tiền bạc, thời gian thoải mái để làm những thứ mình yêu thích. Chứ không phải làm bà mẹ ở nhà với mười đứa con. Cô ấy muốn một thứ gì đó khác kia. Và bạn thì không cần bất cứ điều kiện tiên quyết nào để bắt đầu sáng tác nhạc cả.

Thật đáng sợ khi thấy những người này nghĩ như thế nào. Ai đó sẽ bảo: "Tôi không có thời gian." Vậy thì tại sao bạn lại đứng ở bữa tiệc này nói với tôi rằng bạn không có thời gian, thay vì ngồi xuống sáng tác nhạc?

Không gì quan trọng ngoại trừ những thứ thật sự có ý nghĩa với bạn. Hãy làm những thứ đáng giá và dành thời gian cho chúng. Chúng ta luôn mồm nói mình không có thời gian, nhưng nếu bỗng dưng nhà bị ngập, lập tức bạn tìm ra thời gian ngay, bởi đó là chuyện buộc phải giải quyết.

Nếu ta đối xử với đam mê cũng bằng sự cấp bách ấy thì sao? Nếu ta xem những gì mang lại niềm vui và sự trọn vẹn là phần không thể thiếu của cuộc đời, quan trọng ngang với chữa cháy hay sửa chữa những gì đã hỏng? Thay vì tốn thời gian nói với người khác, hay tự nhủ với bản thân, rằng mình không có thời gian, hãy dùng chính khoảnh khắc ấy để lao vào làm, sáng tạo, và sống đúng với những gì mình trân quý. Cái gọi là "không có thời gian" chỉ là ảo tưởng mà thôi. Thực tế là bạn luôn tìm ra thời gian cho những thứ thật sự quan trọng. Bạn tìm ra từng giờ, từng phút, thậm chí từng giây, khi một thứ gì đó trở thành ưu tiên. Vậy câu hỏi là: Bạn đang ưu tiên những gì? Và bạn đang để thứ gì chen vào giữa mình và niềm vui?

Cái bẫy mà rất nhiều người sa vào chính là sự công nhận từ bên ngoài. Họ có mặt ở bữa tiệc, họ giao lưu, kết nối, họ thuyết phục người khác và cả chính mình rằng lịch trình quá kín, cuộc sống quá bận rộn. Nhưng thật ra, thứ họ đang trốn tránh chính là hành động thực hiện những gì mang lại sự viên mãn cho mình.

Cái cớ "bận quá" mang lại một cảm giác an toàn giả tạo. Nó giúp bạn né tránh sự tổn thương khi phải sáng tạo, khi phải thật sự hiện diện vì những gì quan trọng. Nó cho phép bạn buông xuôi mà không cảm thấy có lỗi. Nhưng nếu ngôi nhà bạn bỗng chìm trong nước, bạn sẽ bỏ hết mọi thứ khác để cứu lấy nó.

Hãy đối xử với đam mê đúng như vậy. Hãy coi nó là thứ quý giá, cần được chăm sóc bằng hành động chứ không chỉ bằng lời.

Nếu bạn muốn sáng tác nhạc, muốn viết lách, hay muốn theo đuổi bất cứ thứ gì thắp lửa trong lòng mình, thì thứ duy nhất đang kìm chân bạn chính là quyết định ưu tiên nó. Hãy lấp đầy cuộc sống bằng những gì bạn yêu, chứ không phải những thứ hút cạn thời gian và năng lượng của mình.

Không gì ý nghĩa hơn là tự mình mở ra không gian cho niềm vui của chính mình. Khi làm vậy, bạn nhắc nhở bản thân, và cả những người xung quanh, rằng những gì bạn yêu thương xứng đáng được bảo vệ và gìn giữ. Thời gian không phải kẻ thù, nó là một nguồn tài nguyên.

Và như mọi nguồn tài nguyên, nó cần được chi tiêu một cách khôn ngoan.

Phần lớn mọi người có lẽ chỉ muốn thức dậy trong sự mãn nguyện, đi một vòng dạo bộ thật vui, và cảm nhận mình được yêu thương. Nhưng khi được hỏi, họ lại bảo mình muốn một công việc với mức lương sáu con số. Phía sau lớp bề nổi ấy, luôn có một khao khát gì đó sâu thẳm hơn rất nhiều. Có lẽ đến lúc năm mươi, sáu mươi tuổi, bạn mới chợt nhận ra: À, hóa ra cuộc đời còn nhiều hơn thế.

" Tôi chỉ muốn tốt nghiệp thôi."

— *Csilla (2021).*

Dù có được tấm bằng ấy trong tay, tôi cũng chưa chắc đã hạnh phúc. Thử nghĩ xem, nếu ngay bây giờ tôi đưa cho bạn tấm bằng với giá 50 bảng, bạn có lấy không?

Như Alan Watts từng nhận ra, tiền là biểu tượng hoàn hảo cho mọi ham muốn. Nó chỉ là một ký hiệu đại diện cho sự giàu có thật sự, vậy mà với nhiều người, nó đã trở thành đích đến cuối cùng. Biến tiền thành mục tiêu tối thượng là nhầm lẫn thước đo với thực tại, là lẫn lộn giữa ký hiệu và bản chất. Sự giàu có đích thực không nằm ở tích lũy, mà nằm ở chiều sâu của trải nghiệm, ở độ sâu của các mối quan hệ, và ở cảm giác trọn vẹn khi được sống đúng với những giá trị mình trân quý. Đừng bao giờ để tiền bạc che khuất những thứ thật sự quan trọng.

Có những người bảo rằng họ không bao giờ đủ tiền để đi du lịch, trong khi thực tế là họ đang có sẵn rồi! Tình nguyện, chẳng hạn, hoàn toàn miễn phí! Bạn đã có đủ điều kiện để bắt đầu, vậy tại sao vẫn chưa làm? Những người không có tiền vẫn đang làm những gì họ muốn đấy thôi. Tất cả chỉ là vấn đề thời gian. Họ chỉ đang tìm một cái cớ cho sự thụ động của mình. Có người đơn giản là không muốn nhìn thấy. Họ không muốn biết, không muốn được khai sáng, và thay vào đó chọn sự mù quáng. Cũng có thể có lý do cho phía bên kia, cho sự chọn lựa không biết ấy. Đó không phải đối lập, mà là một tiến trình. Sớm hay muộn, ai rồi cũng sẽ được khai sáng đến một mức nào đó. Người trải qua nhiều sẽ thấu hiểu nhiều. Những trải nghiệm tưởng chừng tồi tệ lại chính là bài học quý giá nhất.

Bạn không bao giờ học ít đi, mà luôn luôn học thêm. Mỗi trải nghiệm, dù được gọi là tốt hay xấu, đều góp thêm vào dòng chảy tri thức và sự thấu hiểu của bạn. Bạn có thể sống nhiều cuộc đời trong một kiếp người, tất cả dựa trên những gì bạn đã trải qua. Nghĩ nhiều hơn, trải nhiều hơn. Bạn chỉ đơn giản là nghĩ khác đi thôi. Hãy trung thực với chính mình! Đừng cố chứng minh bất cứ thứ gì, hãy làm vì bạn muốn làm. Nhưng khi bạn không sống cho mình, bạn sẽ cảm nhận rõ sự bất an ấy khó chịu đến nhường nào.

Bà thợ làm nail là một người tuyệt vời, bởi lượng thông tin bà tiếp nhận được thật đáng kinh ngạc.

Trong lúc sơn móng hay chỉnh sửa lớp biểu bì, bà lắng nghe cách mọi người bàn chuyện xin vào trường tốt, giành suất thăng chức, đầu tư đúng chỗ, hay duy trì quan hệ với những người có quyền lực. Xung quanh bà là những vị khách, có lẽ vô tình, chia sẻ những mẩu thông tin nhỏ nhưng đầy ý nghĩa về cách họ xoay xở trong cuộc đời. Họ kể về cách tạo cơ hội cho con cái, những chiến lược săn học bổng, hay những quy tắc ngầm trong các vòng tròn xã hội giúp giữ cho một số cánh cửa luôn rộng mở.

Con người ta, nhất là trong không gian thoải mái của tiệm nail, thường trò chuyện rất cởi mở về cuộc sống của mình, vô tình trao tặng những viên ngọc trí tuệ nhỏ bé qua từng câu chuyện thường ngày. Mỗi mẩu thông tin mới đều có thể trở thành một viên gạch, xây nên sự hiểu biết của bà về cách thế giới vận hành và cách để bước đi khéo léo hơn trong đó. Bà thấu hiểu động lực nào thúc đẩy họ, cách họ ra quyết định, và cách họ hoạch định tương lai. Chiến lược, tầm nhìn, tư duy dài hạn, tất cả đều nằm ở đó.

Thông tin luôn có sẵn, chỉ cần bạn chịu nắm lấy. Trí tuệ nằm ở khả năng biết lắng nghe, không chỉ bằng tai mà bằng cả tâm trí.

Bạn làm việc cho một công ty dầu khí, nhưng lại tự gọi mình là nhà bảo vệ môi trường hay người ăn thuần chay. Hai thứ đó đặt cạnh nhau có vô lý không? Bạn đang cố nhét hai thế giới hoàn toàn đối lập vào chung một chỗ. Vậy rốt cuộc bạn thật lòng muốn bảo vệ môi trường, hay chỉ đang tìm cách xoa dịu lương tâm mình? Nếu bạn bảo "tôi đang thay đổi nó từ bên trong," thì xin lỗi, đó là đạo đức giả. Câu nói ấy chỉ là cái cớ quen thuộc để vừa được tiếng vừa được miếng. Nhìn ở lớp ngoài cùng đã thấy hời hợt rồi. Nhìn sâu hơn một lớp nữa, nếu bạn còn chấp nhận và đồng tình với nó, thì mâu thuẫn lại càng chồng chất. Cũng giống như một người vừa phản đối phá thai, vừa ủng hộ phòng khám phá thai vậy. Đôi khi câu trả lời đơn giản nhất lại là câu trả lời đúng nhất. Đó chính là nguyên lý Dao Cạo Occam.

Chúa, một vị Chúa duy nhất, đơn giản hơn nhiều vị. Có thêm bao nhiêu vị cũng không thay đổi câu trả lời. Vậy kế hoạch thay đổi mọi thứ của bạn là gì? Bạn đang làm gì để thực hiện nó? Hay thật ra bạn tình cờ đang kiếm bộn tiền từ khách hàng của mình? Bạn đang tự lừa chính mình rồi tự chấp nhận luôn phải không?

Một phần của sự tự nhận thức có lẽ nằm ở chỗ bạn ý thức được câu chuyện mà mình đang kể, cái mạch truyện xuyên suốt, cái chủ đề bao trùm. Đó là tấm phông nền định hình cách bạn nhìn nhận bản thân và cách bạn xuất hiện trước thế giới. Đó là câu chuyện bạn kể cho chính mình và cho người khác, về mình là ai, mình đang làm gì, và tại sao mình làm thế. Sao bạn phải tự gắn cho mình cái danh xưng ấy? Sao không đơn giản là làm thôi? Câu chuyện mà bạn chọn sống theo có sức mạnh rất lớn. Nó có thể đẩy bạn về phía trước, hoặc ghìm chặt bạn lại. "Chúng tôi thành công trong lĩnh vực mình theo đuổi."

Công việc có thể trở thành chiếc lồng. Bạn yêu thứ mình đang làm, hay yêu những gì nó mang lại cho mình? Đạp xe vì yêu thích, hay đạp xe 100 km chỉ để đăng lên Strava? Nếu không ai trả tiền, bạn có còn làm không? Bạn có thật sự yêu cái cảm giác đang xây dựng một thứ gì đó không? Hiếm khi nào người ta thật lòng thích làm một thứ gì, trừ khi đó là thứ họ vốn đã tự nguyện làm từ trước rồi.

Nếu bạn muốn đi tình nguyện, viết một lá email là bước đầu tiên. Giả sử bạn muốn dạy tiếng Anh ở Morocco. Ai cần sự giúp đỡ của tôi? Hãy tài trợ cho tôi đi. Tại sao bạn phải có tiền trước rồi mới làm thứ mình muốn? Xã hội Tư Bản, với vốn chính là tiền. Ai ai cũng bị ám ảnh bởi tiền. Nhưng ngoài kia còn biết bao cuộc chơi khác đang diễn ra: cuộc chơi của tự nhiên, cuộc chơi giữa sự sống và cái chết. Rất nhiều cuộc chơi, nhưng chúng ta cứ mải mê dán mắt vào cuộc chơi tiền bạc. Đó là bi kịch của thế hệ chúng ta. Có một cuộc chơi mà bạn chắc chắn sẽ thắng trong đời, đó là cuộc chơi của chính mình. Không ai có thể đánh bại bạn ở cuộc chơi ấy.

Muốn thật sự xứng đáng với danh xưng nhà bảo vệ môi trường, bạn không thể chỉ gắn lên mình một cái nhãn. Bạn cần thay đổi lối sống từ gốc rễ. Internet, chẳng hạn, không hề miễn phí. Người ta thường muốn chọn lọc những phần hay ho mà bỏ qua phần còn lại, nhưng bạn không thể ôm lấy một khía cạnh của cuộc sống mà phớt lờ toàn bộ bối cảnh đi kèm. Cơ hội bình đẳng có thể tồn tại, nhưng bình đẳng tuyệt đối trên thực tế thì không bao giờ có. Khi bạn chọn đi theo những nguyên tắc nào đó, bạn phải cam kết với toàn bộ, chứ không phải chỉ những phần tiện lợi cho mình.

Ai đó cố tỏ ra sâu sắc nhưng tận trong cốt lõi lại không hề sống theo những nguyên tắc ấy, thì người đó đang đi lệch hướng. Lối sống của một nhà bảo vệ môi trường phải thấm vào cách bạn tồn tại.

Bạn không thể vỗ ngực nói mình có ý thức bảo vệ môi trường, trong khi vẫn thoải mái tận hưởng mọi tiện nghi của xã hội tiêu dùng hiện đại: từ hệ thống nhà vệ sinh tân tiến đến điện năng. Tất cả những thứ đó đều là sản phẩm của ô nhiễm công nghiệp.

Mọi thứ xung quanh ta, những thứ ta dựa vào để "tồn tại," đều kèm theo một cái giá mà ta không nhìn thấy. Chúng ta không hề hình dung nổi cuộc sống mình sẽ ra sao nếu thiếu đi những tiến bộ công nghệ vừa mang đến lợi ích, vừa âm thầm thay đổi chính con người ta. Chúng ta đã quấn chặt vào công nghệ và tiện nghi hiện đại đến mức gần như không thể gỡ ra, trừ khi chấp nhận lật ngược hoàn toàn cách sống của mình.

Với tư cách người tiêu dùng, bạn không thể đấu lại cỗ máy công nghiệp. Một nhà máy duy nhất xả ra lượng ô nhiễm khiến mọi nỗ lực tiết kiệm túi nhựa của bạn trở nên nhỏ bé đến đáng thương. Sự thật là vận tải biển, sản xuất, tiêu thụ nhiên liệu, phát điện, tất cả đang góp phần tàn phá môi trường ở quy mô khổng lồ. Đổi ô tô sang xe đạp là một khởi đầu, nhưng so với toàn bộ vấn đề, nó chưa thấm tháp vào đâu.

Bận tâm quá nhiều đến chính trị hay các vấn đề xã hội đôi khi lại là một kiểu phân tâm. Thay vì vậy, hãy nhìn thẳng vào gốc rễ: những tội ác đang bị gây ra cho hành tinh này. Ngay cả cách chúng ta định nghĩa thành công, sở hữu xe hơi, nhà cửa, đắm chìm trong sự thừa mứa của chủ nghĩa tư bản, cũng đã nói lên rằng ta không sẵn lòng từ bỏ sự thoải mái để sống bền vững. Các nhà bảo vệ môi trường đôi khi lại vô tình đánh lạc hướng khỏi vấn đề cốt lõi, khi chỉ tập trung vào những hành động nhỏ lẻ thay vì đòi hỏi thay đổi mang tính hệ thống. Những thứ gây phân tâm vụn vặt, chẳng hạn như ngồi tính toán lượng khí thải carbon cá nhân, đã vô tình dẫn đến bỏ sót bức tranh toàn cảnh về ô nhiễm công nghiệp.

Vậy ai mới thật sự đang vắt kiệt hành tinh này? Hãy nhìn vào những vùng đất mênh mông ở Mỹ dành cho nông nghiệp, chăn nuôi lấy thịt, đánh bắt hải sản. Tất cả đều đang đè nặng lên môi trường. Những phong trào như ăn thuần chay hay tiêu dùng có đạo đức thường chỉ là cách để gán ý nghĩa cho hành động cá nhân. Nhưng thực chất bạn đang làm được gì? Nếu thật lòng tận tâm, bạn sẽ lặng lẽ sống theo những nguyên tắc ấy mà chẳng cần ai biết, chẳng cần ai vỗ tay. Vậy động lực thật sự đằng sau những lựa chọn của bạn là gì?

Hãy nghĩ đến con gấu trúc: được rót tiền và bảo vệ quá mức, không hẳn vì nó quan trọng với hệ sinh thái, mà vì nó dễ thương. Trong khi đó, các vấn đề về biển và đại dương gần như chẳng ai đoái hoài, bởi sinh vật biển nhìn không đủ bắt mắt trong con mắt số đông. Cái nhìn thiên lệch ấy ảnh hưởng trực tiếp đến cách chúng ta sắp xếp thứ tự ưu tiên và xử lý các vấn đề môi trường.

Bảo vệ môi trường đích thực nằm ở cam kết dài hạn với những nguyên tắc sống và tích hợp chúng vào đời sống thường ngày, chứ không phải nói cho có lệ rồi thôi. Đó là một hành trình đòi hỏi bản thân phải học hỏi không ngừng, phát triển khả năng thích ứng, và nỗ lực chân thành.

Nhà Công Nghiệp khác với Thương Nhân ở chỗ: Nhà Công Nghiệp tạo ra giá trị, như Steve Jobs hay Elon Musk; còn Thương Nhân thì chủ yếu chạy theo tiền. Mục tiêu của giới kinh doanh là kiếm cho được nhiều nhất. Một Nhà Công Nghiệp dù nhỏ vẫn tạo ra giá trị.

Giấy Phép Cư Trú, Brexit Và Chương Trình Định Cư

Hiểu và biết cách vận hành trong các cấu trúc tài chính, xã hội là yếu tố then chốt để đạt được thành công cả về cá nhân lẫn sự nghiệp. Mỗi nơi có luật chơi riêng, và bạn phải chơi theo luật mà họ đặt ra. Biết cách xoay xở trong hệ thống là kỹ năng sống còn, giống như phải đóng một khoản phí chỉ để được phép tồn tại trên đất nước đó. Các quy định và luật lệ, đặc biệt với những chương trình như Chương Trình Định Cư Brexit, đều do tầng lớp cầm quyền thiết kế. Họ dựng lên một cấu trúc có lợi cho chính mình, và khi bạn sống ở đó, bạn mặc nhiên đồng ý chơi theo luật của họ.

Chính họ đã tự đặt mình vào tình thế ấy ngay từ đầu, nên đáng lẽ họ phải biết cách chơi theo luật của giới cầm quyền và tự xử lý. Đây chính là lúc quyền lực lên tiếng.

Quyền lực tuyệt đối là khả năng áp đặt ý chí của mình lên người khác, kể cả khi họ không hề muốn. Đó là sức mạnh vật lý buộc ai đó phải làm theo ý bạn. Lịch sử và thời hiện đại đều cho thấy rõ điều này, khi những kẻ nắm quyền dùng chính sách cưỡng chế để duy trì sự kiểm soát. Chiến tranh chính là hình thức cưỡng chế tối thượng, dùng vũ lực buộc con người phải cúi đầu tuân phục. Đó là kiểu tận dụng quyền lực tuyệt đối để đạt được kết quả mong muốn.

Trong bối cảnh nhập cư và định cư, vấn đề cốt lõi nằm ở chỗ hiểu được cán cân quyền lực và học cách tận dụng nó cho mình. Có thể bạn không nắm trong tay quyền lực tuyệt đối, nhưng khi nắm rõ luật chơi, bạn hoàn toàn có thể xoay xở linh hoạt trong hệ thống. Sống ở bất kỳ quốc gia nào, suy cho cùng, cũng là hiểu và thích nghi với cấu trúc quyền lực tại đó, tìm cách tồn tại trong khuôn khổ đã được thiết lập sẵn, mà vẫn không ngừng phấn đấu cho mục tiêu và quyền tự do của riêng mình.

Chương 3:

Trưởng Thành Và Hành Trình Khám Phá Bản Thân

Kỷ Luật Thể Chất Và Tinh Thần

Trưởng thành bắt đầu từ kỷ luật, nhưng không chỉ là chuyện rèn luyện thể chất. Kỷ luật tinh thần, đặc biệt là cách ta tiếp nhận và nội tâm hóa ngôn ngữ, mới là nền tảng sâu xa của sự phát triển. Hãy cùng nhìn vào cách Ma Trận Ngôn Ngữ định hình tư duy và ký ức của mỗi người.

Ma Trận Ngôn Ngữ

Ma Trận Ngôn Ngữ định hình cách ta suy nghĩ theo những cách mà ta ít khi nhận ra. Con người thường không có ký ức gì trước năm bốn tuổi, và lý do nằm ở chỗ: trước độ tuổi ấy, ngôn ngữ vẫn chưa được hình thành. Khi chưa biết nói, ta chưa thể tạo ra những ký ức rõ ràng, có thể nhớ lại được. Muốn lưu giữ trải nghiệm, ta cần mùi hương, xúc giác, những giác quan vượt ngoài ngôn từ. Chỉ khi ngôn ngữ đã chín, tư duy mới được thắp sáng, và từ đó ký ức mới có chỗ bám rễ.

Ngôn ngữ đầu tiên ta học còn ảnh hưởng đến cách ta xử lý ký ức theo những chiều hướng rất khác nhau. Tiếng Pháp mở ra một tâm trí khoáng đạt hơn; tiếng Trung kích thích tư duy không gian. Chỉ riêng tiếng Pháp đã có bốn từ để chỉ tình yêu, gồm tình huynh đệ, tình chị em, tình ái và tình yêu vô điều kiện. Một ngôn ngữ càng giàu sắc thái, ký ức ta càng được tổ chức tinh tế và nhiều tầng lớp hơn.

Người Nhật, theo một nghĩa nào đó, không có được chiều sâu cảm xúc phong phú như vậy trong ngôn ngữ của họ, không phải vì bản thân con người họ thiếu cảm xúc, mà đơn giản là ngôn ngữ chưa tạo ra những từ tương ứng. Đó là sản phẩm của văn hóa và cách nuôi dưỡng. Song nếu ta chủ động học thêm ngôn ngữ, ta đang tự mở rộng tâm trí mình. Suy nghĩ bằng những ngôn ngữ khác nhau là đang chạm đến những chiều sâu khác nhau bên trong bản thể. Từ đó, sự đồng cảm và tự nhận thức được nuôi dưỡng theo những cách rất bất ngờ.

Ngôn ngữ thường được xem là phương tiện giao tiếp chủ yếu, nhưng có một chiều kích giao tiếp sâu xa hơn, một thứ ngôn ngữ không cần đến lời. Hãy thử tưởng tượng: mẹ tôi và mẹ của người bạn Kazakhstan của tôi ngồi cùng nhau trong khu vườn hay gian bếp nhà tôi. Họ không nói chung tiếng mẹ đẻ, nhưng liệu họ có thực sự không thể hiểu nhau không? Hay như bạn với bà ngoại, nếu hai người không cùng ngôn ngữ, liệu tình yêu thương giữa hai bà cháu có vì thế mà trở nên kém chân thật? Ngôn ngữ là công cụ mạnh mẽ, nhưng tình cảm thì không cần phiên dịch.

Tình yêu không tìm kiếm từ ngữ xác đáng để tồn tại. Nó sống trong sự gần gũi, trong những khoảng lặng ấm áp, trong những khoảnh khắc không cần giải thích mà hai bên vẫn hiểu nhau.

Giao tiếp không qua ngôn ngữ chung dựa vào những biểu đạt và cử chỉ mang tính phổ quát của nhân loại. Một nụ cười, một cái gật đầu, một bàn tay đặt nhẹ lên cánh tay, những hành động giản dị ấy đôi khi nói lên nhiều hơn cả một bài diễn văn. Khi vắng ngôn từ, ta buộc phải lắng nghe bằng toàn bộ con người mình, qua ngôn ngữ cơ thể, nét mặt và âm điệu giọng nói. Những tín hiệu phi ngôn ngữ ấy được hiểu xuyên suốt mọi nền văn hóa, bởi chúng chạm vào năng lực kết nối và đồng cảm vốn có sẵn trong mỗi người.

Không hiểu ngôn ngữ không đồng nghĩa với bị cắt đứt khỏi trải nghiệm. Thật ra, nhiều khi lại ngược lại. Khi không bám víu vào lời, ta trở nên nhạy cảm hơn với mọi thứ xung quanh, với âm thanh, không khí, những tín hiệu tinh tế mà ta thường bỏ qua khi quá mải tập trung vào ngôn từ. Buông bỏ nỗi lo bị hiểu lầm là một sự giải phóng, bởi hiểu nhau, suy cho cùng, có rất nhiều hình thái. Ta hiểu nhau trong không gian ta cùng chia sẻ, trong những khoảnh khắc thầm lặng xác nhận rằng tất cả chúng ta đều đang sống, đang thở và đang cảm nhận.

Nhận ra điều đó mang đến cho tôi một sự bình yên khác lạ. Tôi không còn cảm thấy phải thuộc lòng từng từ từng câu mới được phép thuộc về một nơi nào đó. Ta thuộc về nơi ta hiện diện, nơi ta chọn bước vào và chọn kết nối. Có cả một Ma Trận Giao Tiếp tồn tại bên ngoài ngôn ngữ, và ai trong chúng ta cũng có thể tiếp cận được, miễn là ta sẵn sàng buông bỏ nhu cầu phải hiểu theo nghĩa thông thường.

Đừng để ngôn ngữ trở thành rào cản. Nhưng cũng đừng để tài năng ngôn ngữ của mình chỉ dừng lại ở mức trao đổi thông tin thông thường, bởi như vậy thật sự là một sự lãng phí. Tiếng Việt, chẳng hạn, chính là chìa khóa mở ra những cuộc trò chuyện thực sự sâu sắc với các bậc cao niên, giúp ta tiếp cận kho tàng lịch sử sống và những tầng trí tuệ mà chỉ họ mới có thể truyền lại. Ngôn ngữ không chỉ là công cụ trao đổi lời nói mà còn là cổng dẫn vào những nền văn hóa khác nhau, những góc nhìn khác nhau và những cách tư duy khác nhau.

Thành thạo một ngôn ngữ là mở ra cánh cửa đến những thế giới mới, cho phép ta đắm mình vào văn học, triết học và những sắc thái tinh tế nhất của ngôn từ con người theo những cách mà tiếng mẹ đẻ không thể nào mang lại được.

Hãy thử hình dung cảm giác được đọc Dostoevsky bằng tiếng Nga, hay Khổng Tử bằng tiếng Trung nguyên gốc. Chiều sâu và sự tinh tế trong tư tưởng của họ đôi khi bị thất lạc một phần qua bản dịch, như ánh sáng đi qua lăng kính, vẫn còn đó nhưng đã khúc xạ đi. Thành thạo một ngôn ngữ là ta được tiếp cận trực tiếp với tư tưởng và cảm xúc của những con người thuộc các nền văn hóa, thời đại và số phận khác nhau, không qua trung gian, không qua lớp lọc. Từ đó, tầm nhìn tri thức được mở rộng và sự gắn kết với cộng đồng nhân loại ngày càng trở nên sâu sắc, chân thật hơn.

Tuy nhiên, có một mặt trái cần nhìn nhận thẳng thắn. Đôi khi trong quá trình thành thạo nhiều ngôn ngữ, ta có thể đánh mất một phần bản thể gốc của mình, không còn hoàn toàn là phiên bản cũ của chính mình nữa. Song sự đánh đổi ấy cũng mang lại khả năng thấu hiểu những tư tưởng trừu tượng và những khái niệm vượt qua biên giới, và chính điều đó biến ngôn ngữ trở thành một trong những hành trang mạnh mẽ nhất trên hành trình trưởng thành và rèn luyện tinh thần.

Hồi còn nhỏ, mỗi lần ba dẫn anh em chúng tôi đến hồ bơi hay bất kỳ nơi công cộng nào, ông có một thói quen rất đặc biệt. Trước khi xuống xe, ông sẽ nói: "Ba sẽ giả vờ không biết nói bất kỳ ngôn ngữ nào. Con vào trong, tự nói chuyện với người lễ tân bằng tiếng Anh nhé." Trong lòng tôi lúc ấy chẳng có chút tự tin, nhưng mỗi lần vượt qua được, sự tự tin lại lặng lẽ được bồi đắp thêm một lớp. Cách ba khuyến khích chúng tôi nói tiếng Anh thật độc đáo, không ép buộc, không giải thích dài dòng, chỉ đặt ta vào hoàn cảnh và tin rằng ta sẽ tự tìm ra cách. Chính qua những khoảnh khắc bất an ban đầu ấy, tôi học được giá trị của sự kiên nhẫn và khả năng thích nghi trước những tình huống xa lạ, đặt nền móng cho tinh thần dám đương đầu với thử thách và nắm bắt cơ hội mới bằng sự dũng cảm.

Nhìn lại, tôi thấy rõ những trải nghiệm ấy đã định hình cách tôi tiếp cận mọi nhiệm vụ và thử thách mới như thế nào. Giờ đây, tôi dường như có thể làm tốt những công việc hoàn toàn mới lạ mà không mấy do dự. Tâm thế của tôi đã thay đổi, cho phép tôi vượt qua trở ngại với một sự linh hoạt tự nhiên, cứ như đang lướt nhẹ qua từng khúc quanh, thỉnh thoảng vấp một nhịp nhưng không dừng lại. Những "vấp nhịp" ấy không còn là thất bại trong mắt tôi nữa mà là những cột mốc học hỏi trên hành trình, mỗi cái dạy cho tôi một điều gì đó quý giá về bản thân và về thế giới xung quanh.

Sự tự tin mà ba từng gieo vào tôi từ bên ngoài, theo năm tháng, đã lặng lẽ trở thành một phần của chính tôi, thôi thúc tôi không ngừng vươn ra ngoài giới hạn cũ và kiên trì theo đuổi sự tiến bộ. Đón nhận thử thách bằng trái tim rộng mở và tinh thần sẵn sàng không chỉ mài sắc kỹ năng mà còn giúp tôi thấm thía hơn sức mạnh của sự bền bỉ và ý nghĩa thật sự của hai chữ không bỏ cuộc.

Kỷ Luật Thể Chất

Nếu kỷ luật tinh thần là nền móng, thì kỷ luật thể chất chính là tầng cao được xây dựng trên nền móng đó. Cả Daniel lẫn tôi đều đã trải qua nhiều môn thể thao khác nhau, mỗi môn mang lại những bài học riêng về sự kiên cường và kỷ luật. Võ thuật không đơn thuần là thể thao, đó là một nghệ thuật phản chiếu trực tiếp vào cuộc sống. Làm chủ một môn võ giống như đạt được đai đen, không chỉ là chứng chỉ kỹ năng mà là dấu hiệu của sự thấu hiểu sâu sắc và thuần thục thực sự. Daniel, với mong muốn gieo những giá trị ấy vào các con, đã đảm bảo rằng chúng được học những môn võ mang tính chiến đấu thực chiến.

Con trai anh luyện Muay Thai, nơi đôi ống chân phải va đập không ngừng qua từng buổi tập, rèn luyện cả sức bền thể chất lẫn bản lĩnh tinh thần. Với con gái, Daniel chọn Vịnh Xuân Quyền, một môn võ được tạo ra dành cho phụ nữ để có thể hạ gục đàn ông và những người to lớn hơn mình bằng những chuyển động uyển chuyển như vũ điệu nhưng lại mang hiệu quả sát thương đáng sợ. Vịnh Xuân Quyền tập trung vào cận chiến, dùng chính lực của đối thủ để chống lại họ, qua đó rèn giũa sự chính xác và khả năng tập trung. Võ thuật không chỉ nằm trong phạm vi rèn luyện thể chất, nó còn là hành trình phát triển tinh thần và cảm xúc.

Võ thuật dạy tôi rằng sức mạnh không phải thứ để

khoe ra như một món đồ chơi mới. Nó ở đó khi cần, nhưng không phải để được phô diễn ở mọi cơ hội. Hãy nghĩ đến một con dao sắc bén, không phải để vung loạn, mà để cầm nắm cẩn thận, với sự trân trọng đúng mức dành cho những gì nó có thể làm. Sức mạnh thực sự tinh tế hơn nhiều so với những gì ta thường nghĩ.

Bài học thật sự đến khi tôi nhận ra sự khác biệt giữa người chiến đấu trong trạng thái căng cứng và người chiến đấu trong trạng thái thư thái nhưng tỉnh táo. Người thư thái gần như luôn chiếm ưu thế. Họ không cố gắng chứng tỏ điều gì, họ làm chủ bản thân. Mỗi chuyển động đều có chủ đích, không có sự hung hăng. Đó là thứ sức mạnh thật sự đọng lại trong ta, thứ sức mạnh không cần tự giới thiệu về mình. Võ thuật khắc vào tôi điều này: sức mạnh không nằm ở lượng lực bạn có thể tung ra, mà ở chỗ bạn biết khi nào không nên dùng đến nó. Lặng lẽ, điềm tĩnh và không cần chứng minh bất cứ điều gì.

Có một sự tự tin đặc biệt trong sự kiềm chế ấy, một sự bình thản chắc chắn rằng khi khoảnh khắc cần thiết đến, bạn sẽ hành động với sự chính xác. Sức mạnh không phải là luôn sẵn sàng chiến đấu trong tích tắc, mà là biết rằng khi thời điểm đến, bạn không cần hoảng loạn. Bạn đã ở đó rồi, vững chãi và sắc bén, không chút căng thẳng thừa.

Giận dữ thường bị nhìn như thứ cần tránh né hoặc kiểm soát chặt chẽ, nhưng qua võ thuật, tôi nhận ra rằng cơn giận, cũng như sức mạnh, không phải bản chất đã là tiêu cực. Đó là một tín hiệu, một phản ứng trước điều gì đó mất cân bằng. Giận dữ có thể là chất xúc tác, thúc đẩy thay đổi, kéo bạn ra khỏi sự trì trệ. Nhưng mấu chốt nằm ở cách bạn xử lý nó. Khi cơn giận mất đi lý trí, nó trở thành sức phá hoại, phân tán tập trung và biến sức mạnh thành hỗn loạn.

Nhưng khi được thấu hiểu và định hướng, nó có thể trở thành nguồn năng lượng. Theo nghĩa đó, giận dữ trở thành một phần của sức mạnh, không phải qua bạo lực thô, mà qua kỷ luật để làm chủ nó. Tựa như Âm và Dương, sức mạnh và giận dữ có thể cùng tồn tại, mỗi thứ nuôi dưỡng thứ kia, nhưng chỉ khi sự cân bằng được giữ vững. Giận dữ có thể tiếp thêm nhiên liệu cho sức mạnh, nhưng không được lấn át nó. Sức mạnh không chỉ là chuyện của thân xác mà còn là chuyện của tâm trí, khả năng giữ bình tĩnh giữa cơn bão. Khi bạn có thể chuyển hóa cơn giận thành sự tập trung, nó mài sắc sức mạnh thay vì làm mòn đi sức mạnh.

Đạp Xe

Đạp xe chiếm một vị trí đặc biệt trong cuộc sống của tôi. Trên chiếc xe đạp, bạn có thể đi đến bất cứ đâu, và đó là một trong những nguồn vui giản dị nhất trên đời. Sức lực bỏ ra khi đạp xe, sự bền bỉ được rèn giũa và niềm vui thuần túy của chuyển động đều là những khía cạnh của kỷ luật thể chất. Song song với đó, tôi thường rơi vào một trạng thái gần như thiền định, khi tâm trí có thể hoàn toàn tập trung vào việc đạp xe và phản ứng với dòng chảy của môi trường xung quanh. Nhờ vậy, căng thẳng tan biến và sự minh mẫn trong tư duy dần được phục hồi.

Nếu đạp xe là một hình thức biểu đạt, thì mỗi lần leo lên yên xe, tôi đang tuyên bố một điều thật dứt khoát: tự do là của tôi. Không có chiếc hộp kim loại nào nhốt tôi trong một hàng dài những người cùng bực bội như nhau, không có động cơ nào để phụ thuộc vào, chỉ là tôi, đôi chân và con đường trước mặt. Tôi, theo đúng nghĩa đen, là phương tiện di chuyển của chính mình. Tôi quyết định tốc độ, tôi chọn lộ trình, và thành thật mà nói, tôi tận hưởng thứ tự chủ mà hầu hết mọi người chỉ mơ tới trong lúc ngồi sau vô lăng và bồn chồn gõ ngón tay. Đó là niềm vui không cần báo trước, một tuyên ngôn rằng tôi đã chọn chuyển động được tiếp sức bởi ý chí của chính mình. Có một sự thỏa mãn kỳ lạ khi biết rằng thứ duy nhất đứng giữa tôi và con đường chính là bản thân tôi. Tôi có âm nhạc của mình, và tôi có một thành phố trông xanh hơn, sống động hơn khi được trải nghiệm từ yên xe đạp. Đó là sự kết nối gần gũi hơn với thế giới, thứ mà hầu hết mọi người bỏ lỡ khi họ lao vút qua nó trong lớp bọc kim loại và kính.

Có gì đó vừa buồn man mác vừa kỳ lạ nâng đỡ tâm hồn khi đạp xe trong cơn mưa. Như thể mưa thêm vào một tầng nữa cho trải nghiệm, nhắc nhở rằng không phải chuyến đi nào cũng suôn sẻ, nhưng mỗi chuyến đi đều là của bạn. Và có lẽ đó chính là nơi tính cách được tôi luyện. Bạn học cách mỉm cười xuyên qua nó, chấp nhận rằng đôi khi bạn sẽ ướt đẫm, nhưng vẫn cứ tiến về phía trước. Đó mới là điều quan trọng. Tôi cảm thấy sức mạnh khi có thể nói: "Tôi sẽ đến nơi cần đến, nhưng theo cách của tôi." Và cách ấy, hóa ra, sẽ chẳng phải tốt hơn sao khi chính bạn là người tạo ra động lực cho hành trình.

Tôi yêu đạp xe đến mức đôi khi cảm giác như cả ngày tôi ngồi trên yên xe, để chiếc xe đưa mình đi khắp thành phố. Tôi yêu hành trình của việc di chuyển đến một nơi nào đó. Như thể chuyển động lặp đi lặp lại của việc đạp xe giúp tôi vừa suy nghĩ sâu vừa đồng thời thấm thía thế giới xung quanh. Khung cảnh bên ngoài nuôi dưỡng những suy nghĩ bên trong, và tôi có thể chiêm nghiệm về tương lai và những ước mơ dài hạn mà không bị chúng nhấn chìm.

Đạp xe mang lại tự do, sự minh mẫn và sự kết nối sâu sắc với mọi thứ xung quanh.

Ngày nay, chẳng có ngày nào trôi qua mà tôi không bắt gặp bóng dáng một chiếc xe đạp trong thế giới của mình. Xe đạp đã thấm sâu vào đời tôi đến vậy đó. Có một điều gì đó khi đạp xe khiến tôi cảm thấy mình bất khả chiến bại. Trên yên xe, tôi không chỉ đơn thuần lướt qua mà hoà mình vào tất cả. Gió vuốt ve làn da, mặt đường cuộn mình dưới bánh xe, mỗi nhịp đạp đều chân thực, đều sống động.

Tôi vốn luôn e ngại khi nghĩ đến giày cá. Ý tưởng khoá chặt chân vào bàn đạp giống như một sự ràng buộc mà tôi chưa sẵn sàng đón nhận. Tôi cứ mang theo nỗi lo mơ hồ về một cú ngã đau, có khi còn chấn thương, nhất là với đôi chân vốn đã yếu ớt. Rủi ro ấy dường như chẳng đáng để mạo hiểm. Nhưng cũng như bao điều khác trong đời, nỗi sợ thường vẽ nên những kịch bản tồi tệ nhất trong tâm trí ta. Rồi khi cuối cùng tôi cũng gắn giày cá, ngã là chuyện không thể tránh khỏi, và đúng như vậy, tôi đã ngã. Hai lần. Nhưng ngạc nhiên thay, cả hai lần tôi đều đứng dậy nhanh đến mức chưa kịp nhận ra. Tôi đã trở lại yên xe, phủi bụi như thể chẳng có gì xảy ra.

Và khoảnh khắc ấy, tôi chợt ngộ ra: bao năm tháng rèn luyện thể chất đã không chỉ tôi luyện kỹ thuật mà còn hun đúc trong tôi sức bật phi thường. Trong võ thuật hay bất kỳ môn thể thao thăng bằng nào, điều cốt lõi không phải là bạn ngã bao nhiêu lần, mà là bạn đứng dậy nhanh đến đâu. Nghệ thuật ngã một cách uyển chuyển, không chống cự, rồi vững vàng đứng lên đã được khắc sâu vào từng thớ cơ. Đó là ký ức của cơ thể. Bạn không nghĩ về cú ngã, chỉ nghĩ đến bước tiếp theo.

Đạp xe, trong khoảnh khắc ấy, cũng như thế. Dù là tập luyện, giữ thăng bằng, hay chinh phục những cung đường gian nan, tất cả đều xoay quanh chuyện đứng dậy chứ không phải ngã xuống. Ngã là tất yếu, trong đời sống cũng như trong luyện tập, nhưng cách ta đáp trả mới là điều thực sự quan trọng. Mỗi lần đứng lên, bạn phủi sạch bụi bặm, gạt bỏ bực bội, xua tan sợ hãi, và bạn mạnh mẽ hơn. Giày cá chỉ là một thử thách mới, một lời nhắc nhở rằng những bước lùi chỉ là tạm thời. Chính sự vươn dậy mới đáng kể. Tôi từng sợ ngã, nhưng giờ đây tôi tin vào khả năng đứng lên của mình, hết lần này đến lần khác, nếu cần. Đó là nơi sức mạnh tôi trú ngụ.

Trực giác tôi trở nên nhạy bén khi hoà vào nhịp chảy của dòng xe, len lỏi qua phố phường một cách nhẹ nhàng, tin tưởng vào khả năng thích ứng và tiến về phía trước. Có một sự minh mẫn đặc biệt khi ta chuyển động, khi ta rời xa những ồn ào thường nhật để tâm trí lắng đọng trong khoảnh khắc hiện tại. Trong những khoảnh khắc ấy, tôi được nhắc nhở về sự toàn vẹn của chính mình.

Xe đạp đưa tôi đến những vùng đất mới, giới thiệu tôi với những con người mới, và mở ra thế giới theo cách rộng mở đến kỳ diệu. Mỗi chuyến đi là cơ hội để chạm vào điều gì đó sâu thẳm hơn: tinh thần độc lập, sức bật nội tại, và sức mạnh thầm lặng đến từ niềm tin vào bản thân.

Sức bền để vượt qua những chặng đường dài, sức mạnh để chinh phục những cung đường khó, và sự cân bằng để giữ vững tay lái, tất cả góp phần tạo nên cảm giác làm chủ mãnh liệt. Mỗi nhịp đạp củng cố khả năng vượt qua thử thách của tôi, dù trên đường hay trong cuộc sống. Với tôi, xe đạp gắn liền sâu sắc với sức mạnh nội tâm. Tôi xuất hiện, vượt qua khó chịu, và tin rằng cơ thể sẽ đáp lại thử thách..

Đạp xe cùng cộng đồng và đạp xe một mình mang đến hai trải nghiệm hoàn toàn khác biệt, nhưng đều viên mãn theo cách riêng. Có một câu nói mà tôi rất tâm đắc: muốn đi nhanh thì đi một mình, muốn đi xa thì đi cùng nhau. Khi đạp xe trong cộng đồng, cảm giác như một lễ hội chung, có sự gắn kết, một mối dây ngày càng bền chặt qua từng vòng bánh xe. Đến cuối chặng, dù hành trình có gian nan đến đâu, chúng tôi đều trở nên mạnh mẽ hơn, gần gũi hơn. Có một bản năng che chở trỗi dậy, đảm bảo mọi người đều an toàn, vui vẻ, và cùng chia sẻ niềm hân hoan của chuyến đi.

Đạp xe một mình lại là trải nghiệm hướng nội hơn nhiều. Đó là khoảng thời gian để suy tư, để thử thách bản thân theo tâm trạng, hoặc đơn giản là lạc lối và lang thang theo bất cứ nơi đâu con đường dẫn lối. Đó là thứ tự do độc nhất của những chuyến đi đơn độc, là cơ hội để ở bên suy nghĩ của mình, để chiêm nghiệm, và thư giãn mà không cần bận tâm đến nhịp độ hay nhu cầu của ai khác. Cả hai trải nghiệm, dù một mình hay cùng bạn bè, đều mang lại sự viên mãn riêng, mỗi cái phản chiếu những phần khác nhau trong con người tôi.

Tôi mong được đạp xe đến hết đời. Hành động đạp xe, nhịp điệu của bánh xe quay bên dưới, và sự minh mẫn nó mang lại, đây là những điều tôi hy vọng sẽ mang theo bên mình mãi mãi. Tuy nhiên, tôi cũng hiểu rằng cuộc sống có cách riêng để chuyển hướng ta, thường theo những ngả đường bất ngờ. Nếu một điều gì đó khác xuất hiện và chiếm lấy tâm hồn tôi sâu sắc hơn, tôi sẽ đón nhận nó. Tôi đã học cách không nắm giữ quá chặt bất cứ điều gì, dù nó có định nghĩa tôi đến đâu trong hiện tại. Có sức mạnh trong việc để cuộc sống tuôn chảy, trong việc nhận ra khi một tiếng gọi mới xuất hiện. Xe đạp là một phần con người tôi, nhưng tôi tin vào khả năng nhận biết khi nào cần hoà theo dòng đời, thay vì chống lại nó.

Chúng ta thường nghe nỗi lo rằng thử những điều mới hay đón nhận những ý tưởng mới có thể khiến ta đánh mất bản ngã, như thể trưởng thành phải đánh đổi bằng căn tính. Nhưng đây là chân lý của tôi: bản ngã cốt lõi chính là học hỏi và tiến hoá. Nó không tách rời khỏi tôi mà là một phần con người tôi. Bạn không đánh mất chính mình khi học hỏi hay khám phá những con đường mới; hoàn toàn ngược lại.

Mỗi lần bước vào vùng đất chưa biết, bạn càng thấu hiểu sâu hơn về bản thân. Cảm thức về bản ngã này luôn vận động, không phải một điểm cố định bị bào mòn theo thay đổi. Thay vào đó, nó như dòng sông tuôn chảy, không ngừng biến đổi, lớn mạnh, và dung nạp những trải nghiệm mới dọc theo hành trình. Bạn và quá trình học hỏi không tách rời mà tất cả là một.

Mỗi mảnh tri thức mới, mỗi góc nhìn mới, đều bồi đắp thêm chiều sâu cho con người bạn, làm giàu thêm sự hiện hữu. Khi bạn cho phép mình khám phá, mở rộng, bạn không ruồng bỏ con người cũ; bạn đang xây đắp trên nền tảng ấy. Hành trình học hỏi không phải là rời xa bản ngã mà là sự biểu hiện của bản ngã.

Một trong những điều đầu tiên tôi nhận ra về Daniel là cách tiếp cận độc đáo của anh khi bắt đầu sở thích mới. Anh không chỉ nhúng chân thử mà lao đầu vào, đắm chìm hoàn toàn trong ba tháng trước khi quyết định tiếp tục hay dừng lại. Và khi đã lao vào, anh toàn tâm toàn ý: đồ dùng hàng đầu, thiết bị chuyên nghiệp, đối xử với mỗi đam mê mới như thể đó là điều duy nhất quan trọng. Quá trình của anh là học hỏi một cách sâu sắc, hấp thu mọi thứ mà sở thích đó có thể truyền dạy trước khi chuyển sang thử thách tiếp theo.

Được truyền cảm hứng từ anh, tôi bắt đầu áp dụng cách tiếp cận tương tự với bất cứ điều gì khơi dậy hứng thú trong tôi. Thay vì kìm nén, chờ đợi cho đến khi cảm thấy "sẵn sàng," tôi lao về phía những đam mê này với cường độ mà trước đây tôi chưa từng cho phép mình. Đó là một kiểu buông bỏ, là tin rằng dù có vấp váp lúc đầu, hành động dấn thân trọn vẹn sẽ mở ra những cánh cửa mà tôi thậm chí không biết là có tồn tại.

Sự đắm chìm này cho phép học hỏi nhanh chóng, và ngay cả khi bạn chuyển sang thứ gì đó khác, những gì đã học sẽ được dệt vào tấm thảm của con người bạn. Thử các môn thể thao mới, trở thành người kém nhất lớp lúc đầu, là bài học về sự khiêm nhường, nhưng cũng là khoá học chuyên sâu về lòng kiên nhẫn.

Mỗi sai lầm, mỗi bước hụt đều nhắc nhở rằng sự

trưởng thành thường diễn ra âm thầm, trong hậu trường, trong khi bề mặt vẫn còn vụng về. Ngày qua ngày, tôi thấy mình tiến bộ, không phải vì tôi bỗng chốc giỏi hơn qua một đêm, mà vì tôi chọn ở lại. Tôi chọn chịu đựng sự khó chịu. Điều này củng cố một chân lý đơn giản: dù tâm trí có gào thét rằng tôi không thể, rằng tôi không sinh ra để làm điều này, thì cơ thể, ý chí, và tinh thần tôi sẽ chứng minh điều ngược lại.

Thất bại không phải phán quyết; đó là một bước đi. Thử những điều mới, dù biết mình có thể không xuất sắc ngay, xây đắp sức bật sâu xa hơn nhiều so với thành thạo một kỹ năng. Đó là giữ cho mình rộng mở với khả năng, tin rằng nhiệt huyết cũng là một dạng trí tuệ, một chiếc la bàn dẫn lối đến sự trưởng thành.

Những bài học từ thể thao, tôi đều mang theo vào

đời sống cá nhân và công việc: khả năng học hỏi, thích ứng, và tiến về phía trước, dù con đường phía trước có đáng sợ đến đâu.

Kỷ luật, kiên trì, và sức bật được rèn giũa trong các hoạt động thể chất là những phẩm chất thiết yếu để thành công trong bất kỳ lĩnh vực nào. Những thực hành này dạy ta rằng sức mạnh đích thực không đến từ né tránh thử thách mà từ đối mặt trực diện, học hỏi từ chúng, và biến chúng thành bậc thang tiến đến những thành tựu lớn hơn. Thế giới vật chất là tấm gương phản chiếu nội tâm ta, và qua những thực hành này, chúng ta học không chỉ cách di chuyển qua cuộc đời, mà còn cách thực sự sống trong đó.

Có điều gì đó thiết yếu trong chuyển động. Dù là khiêu vũ, đi bộ, đạp xe, hay chỉ đơn giản là ở ngoài trời, hành động di chuyển đưa tôi đến gần hơn với tất cả những gì cảm thấy chân thực. Khi tôi chuyển động, thế giới như hé lộ thêm một chút. Khi tôi chuyển động, tôi cảm thấy mình sống. Kỷ luật, với tôi, đã trở thành tạo ra không gian cho những điều nuôi dưỡng tôi, thử thách tôi, và hoà hợp với con người tôi đang nỗ lực trở thành.

Khi ôm trọn cả kỷ luật tinh thần lẫn thể chất, tôi đã kiến tạo một cuộc sống vận hành hài hoà với các giá trị và khát khao của mình. Mỗi quyết định tôi đưa ra, mỗi thử thách tôi đối mặt đều sẽ đưa tôi đến gần hơn với một phiên bản của bản thân mà tôi cảm thấy toàn vẹn, vững chãi, và tự do. Theo cách này, kỷ luật là lời hứa với chính mình để luôn vươn lên, tôn vinh các giá trị của mình, và kiến tạo một cuộc đời ý nghĩa, vừa kiên cường vừa tự do.

Trưởng thành thường đồng nghĩa với đối mặt thử thách. Làm sao để chúng ta phát triển sức bật nhằm vượt qua những chướng ngại này? Hãy cùng bước vào ngọn lửa.

Sức Bật Và Vượt Qua Thử Thách

"Người có sức bật đôi khi không xem vấn đề là vấn đề, bởi họ quá kiên cường." Đây vừa là thế mạnh, vừa là điểm yếu. Một mặt, sức bật giúp họ nhìn ra điều tốt đẹp trong mọi hoàn cảnh. Nhưng mặt khác, chính sự kiên cường ấy lại có thể khiến họ không nhận ra khi mình đang rơi vào tình huống thực sự tồi tệ, bởi bản tính bền bỉ đã vô tình che mờ đi mức độ nghiêm trọng của thực tại.

Sức bật giống như thép được tôi trong lửa. Tôi lớn lên như một đứa trẻ giữa nhiều nền văn hoá, từng đối mặt với phân biệt chủng tộc, từng lèo lái cuộc sống với thân phận người thiểu số và người nhập cư.

Tất cả những trải nghiệm ấy đã rèn đúc sức mạnh từ nghịch cảnh. Thử thách chính là ngọn lửa tôi luyện thép nhân cách, khiến ta trở nên mạnh mẽ và kiên cường hơn.

Tôi nói ngàn lời qua hành động, chứ không phải ngàn lời suông mà chẳng làm gì cả, vì như thế thì có ích gì? Giống như Daniel bây giờ, một khi tôi đã quyết tâm làm điều gì, chỉ còn là vấn đề thời gian. Và thường thì mọi chuyện đến nhanh hơn tôi nghĩ.

Tuy nhiên, tính cách mạnh mẽ đôi khi lại cản trở sự linh hoạt trong tư duy. Sức bật có thể tạo nên vẻ ngoài cân bằng, nhưng những phần bất ổn nhất đôi khi lại là những phần tốt đẹp nhất, bởi chính chúng nuôi dưỡng sự trưởng thành và thích ứng.

Sự ổn định thường đến từ việc neo mình vào các chuẩn mực và kỳ vọng của xã hội.

Bạn nhìn thấy một cái hố, nhưng nếu bước vào đó

thì cũng chẳng sao. Khi ấy bạn chỉ đơn giản là đang ở trong hố thôi. Trải nghiệm có thể không thảm khốc như bạn tưởng tượng; đó chỉ là một trạng thái khác, một tình huống khác cần xử lý. Thường thì nỗi lo về những vấn đề có thể xảy ra còn tệ hơn nhiều so với khi ta thực sự đối mặt với chúng.

Nói cho thực tế, đó là chuyện thay đổi câu chuyện ta kể với chính mình.

Hãy ngừng tự nhủ rằng mình chắc chắn sẽ thất bại. Làm vậy chỉ là tự đánh bại bản thân mà thôi.

Muốn có sức bật đích thực, ta phải xây dựng sự ổn định trên nền tảng sức mạnh nội tâm và niềm tin cá nhân, thay vì chỉ dựa vào những đánh giá của xã hội. Những lời tự khẳng định có ích, nhưng ta cần những nền móng vững chắc hơn, như Thực Tại Vũ Trụ và Tình Yêu.

Thực Tại Vũ Trụ là sự thấu hiểu sâu sắc về vị trí của

mình trong vũ trụ bao la, là ôm ấp ý thức về mục đích và sự kết nối vượt ra ngoài những gì trước mắt, những gì hữu hình. Còn Tình Yêu, trong hình thái chân thực nhất, là một sức mạnh bất biến có thể mang lại sự vững vàng và ổn định vô cùng. Trong các mối quan hệ, sức bật giúp ta vượt qua xung đột và hiểu lầm.

Tuy nhiên, quá kiên cường đôi khi lại có nghĩa là chịu đựng những mối quan hệ không lành mạnh mà không chịu giải quyết các vấn đề gốc rễ.

Sức bật thường được hiểu là khả năng chịu đựng những cơn bão từ bên ngoài, là đứng vững trước thử thách. Nhưng sức bật đích thực đôi khi chỉ đơn giản là biết khi nào nên rút lui. Có những lúc, hành động mạnh mẽ nhất không phải là chiến đấu, mà là giữ gìn năng lượng cho những gì thực sự quan trọng. Đây là bài học mà Daniel đã thấm thía theo cách riêng của anh. Thay vì đối đầu hay tranh cãi với những người mang tiêu cực vào cuộc sống, anh đơn giản là để họ phai mờ đi. Không tranh luận, không qua lại. Với anh, họ không còn tồn tại nữa.

Mỗi lời nói là một đặc ân, và Daniel không phí hoài nó cho những ai không xứng đáng với năng lượng của anh. Cãi nhau cần hai người, đánh nhau cũng cần hai người. Đưa tay ra chỉ là mời gọi cú đấm. Sự im lặng của anh, sự từ chối bình thản không tham gia, trở thành một hành động đầy quyền năng, một cách tự bảo vệ thầm lặng. Anh không màng đến chuyện chứng minh quan điểm hay thắng một cuộc đấu khẩu. Anh chọn sự bình yên bằng cách rút lui năng lượng, để mặc tiếng ồn tự tan đi.

Người có sức bật đôi khi cứ vượt qua những thử thách thể chất và tinh thần mà không chịu thừa nhận nhu cầu nghỉ ngơi và phục hồi. Chính nhiệt huyết sống của họ lại cản đường họ.

Thấu hiểu tầm quan trọng của tự chăm sóc và chủ động duy trì sức khoẻ là điều thiết yếu.

Sức bật không chỉ là phương tiện để chịu đựng nghịch cảnh, mà còn là công cụ giúp cân bằng cảm xúc và duy trì sức khoẻ tinh thần. Hãy như thời tiết: toả sáng rực rỡ khi nắng đẹp, cảm nhận trọn vẹn khi trời mưa, rồi sau đó tiếp tục bước tới.

Cho phép mình cảm nhận trọn vẹn dải phổ cảm xúc sẽ mang đến cho ta trải nghiệm sống phong phú hơn. Hãy cảm những gì bạn cảm; tất cả đều có giá trị, chẳng cần lời giải thích nào. Ôm ấp cảm xúc mà không cần biện minh là bước quan trọng trong hành trình tự nhận thức. Đó là đồng xu có chiều sâu, là thứ làm nên con người thực sự của bạn... thử thách tôi, và đó chính xác là nơi tôi cần ở. Mỗi trải nghiệm mới đều có một đường cong học tập, và đó là nơi sức bật được sinh ra. Từ sự thấu hiểu này, tôi đi đến một kết luận mạnh mẽ: dù thử thách là gì, tôi sẽ giỏi hơn. Đó là điều tất yếu. Càng vượt qua khó chịu, tôi càng học hỏi, và càng trở nên mạnh mẽ hơn.

Điều cốt lõi là tôi không đối mặt với hành trình này một mình. Tôi có chỗ dựa của riêng mình: sức mạnh nội tâm, tình yêu và niềm tin từ những người thân thiết nhất. Đó chính là nguồn nhiên liệu nuôi dưỡng tôi. Biết rằng mình không đơn độc, rằng có những người quan tâm đang đồng hành, mọi bước lùi đều trở nên dễ xử lý hơn, thậm chí chỉ là tạm thời.

Sự bất định về những gì sắp đến không làm tôi nao núng mà còn khiến tôi phấn khích. Vùng đất chưa biết chứa đựng vô vàn khả năng, và dù kết quả ra sao, tôi biết mình sẽ trỗi dậy mạnh mẽ hơn, thông tuệ hơn, thấu hiểu sâu sắc hơn về bản thân và thế giới xung quanh. Khi không phải mọi thứ đều được vạch sẵn, ta có một cảm giác tự do kỳ lạ. Khoảng trống ấy tạo chỗ cho sự trưởng thành, cho những bất ngờ, và cho cuộc sống được mở ra theo những cách mà ta không thể nào lên kế hoạch trước. Thay vì sợ hãi điều chưa biết, tôi chào đón nó, bởi dù đi theo con đường nào, tôi vẫn sẽ mang theo những bài học bên mình.

Chúng ta thật may mắn khi được trải nghiệm sự thay đổi. Có người chống lại tiến hoá, nhưng thay đổi vẫn tìm đường đến với họ, như nó vẫn luôn thế, bởi đó là điều tất yếu. Thay đổi là món quà, là cơ hội để định hình một kết quả mới, và bạn có thể dồn hết năng lượng vào quá trình ấy. Ngay cả khi mọi thứ thay đổi theo hướng tồi tệ hơn, vẫn có điều để học hỏi, vẫn có phần nào đó của hành trình bồi đắp thêm chiều sâu cho sự thấu hiểu. Nếu tôi cố tình nhắm đến kết quả tồi tệ nhất thì sao? Ngay cả khi đó, bản thân trải nghiệm cũng có thể là một thành công theo cách riêng của nó. Điều tồi tệ nhất có thể dạy ta nhiều không kém gì điều tốt đẹp nhất. Khi ôm ấp sự thay đổi, dù tốt hay xấu, bạn bước vào vị thế của quyền năng: bạn quyết định cách diễn giải nó, và qua đó, bạn nuôi dưỡng cảm giác mãn nguyện, bởi biết rằng dù theo hướng nào, sự trưởng thành vẫn là điều tất yếu.

Hành trình tự nhận thức và trưởng thành cá nhân thường bắt đầu từ bên ngoài rồi đi vào bên trong. Ban đầu, bạn cảm nhận thế giới xung quanh, mở rộng tư duy và sự thấu hiểu. Sau đó, bạn gặp một vấn đề, và bạn nỗ lực biến nó thành hiện thực bằng cách đi vào bên trong, chiêm nghiệm những trải nghiệm và cảm xúc của mình. Mỗi trải nghiệm đều có giá trị, dù là khoảnh khắc vui sướng hay giai đoạn vật lộn, tất cả đều đóng góp vào sự trưởng thành và thấu hiểu của bạn. Bài học có trong cả thành công lẫn thất bại, và thường thì sự trưởng thành sâu sắc nhất lại đến từ những thử thách khó khăn nhất.

Khi bị hiểu lầm, điều đó thường ít phản ánh về bản thân ta mà nhiều hơn về sự phức tạp của nhận thức con người. Mỗi người đều vận hành trong khuôn khổ riêng của những trải nghiệm, thành kiến, và cách diễn giải của mình.

Hiểu lầm không phải là điều hiếm gặp, và chúng cho thấy nhiều hơn về bản chất của giao tiếp hơn là về những cá nhân liên quan. Thay vì bực bội, tôi chọn nhìn những khoảnh khắc này bằng sự tò mò.

Nếu sự thấu hiểu trở nên khó nắm bắt, tôi chuyển sang trí tưởng tượng. Không phải để tiếp nhận góc nhìn của người khác, mà để thấy cách họ có thể đi đến những kết luận ấy. Trong bức tranh lớn của mọi thứ, đó chỉ đơn giản là một phiên bản khác của thực tại, một phiên bản không cần sự chứng nhận hay tham gia của tôi. Điều quan trọng cần nhớ là bị hiểu lầm không làm giảm đi căn tính hay ý định của ta. Thay vào đó, đó là cơ hội để chiêm nghiệm về những cách đa dạng mà con người kiến tạo thực tại của họ. Cuối cùng, hiểu lầm không phải là rào cản, mà chỉ là những biến thể trong nhận thức. Chúng không cần được sửa chữa, chỉ cần được thừa nhận với một mức độ thanh thản nhất định, và có lẽ là một sự gật đầu thầm lặng rằng không phải mọi góc nhìn đều có thể hoặc nên trùng khớp.

Sức bật của tôi giờ đây như một tấm khiên, cho phép tôi lèo lái những thử thách của cuộc sống mà không bị choáng ngợp, đặc biệt khi đối mặt với phân biệt chủng tộc hay những lời gây tổn thương từ người khác. Sức mạnh cảm xúc này giúp tôi theo đuổi mục tiêu trong khi vẫn quan tâm đến tác động lên những người tôi yêu thương. Đó không phải là trở nên thờ ơ, mà là chọn lựa trận chiến nào cần tham gia và trận nào cần buông bỏ.

Sự chọn lọc khi tham gia này giúp bạn bảo tồn năng lượng cho những gì thực sự quan trọng.

Lớn lên ở một đất nước khác với nguồn cội của mình, phân biệt chủng tộc là cái bóng cứ bám theo tôi, giam cầm tôi trong mạng lưới bất an và đau đớn. Tôi cảm thấy bất lực, nhất là khi không thể bảo vệ gia đình mình khỏi những trải nghiệm tương tự. Đó là một sức ép ngột ngạt tưởng chừng không có lối thoát.

Giờ đây, với lợi thế của khoảng cách và sự trưởng thành, tôi nhìn thấy phân biệt chủng tộc đúng như bản chất của nó: một vòng xoáy của sự thiếu hiểu biết được truyền từ thế hệ này sang thế hệ khác. Đó là hành vi học được, không phải điều vốn có trong bản chất của một đứa trẻ. Trẻ em học từ môi trường sống của mình, và thật không may, những môi trường ấy có thể đầy rẫy thái độ định kiến từ bố mẹ và cộng đồng. Sự thiếu hiểu biết và định kiến của bố mẹ thường được truyền lại cho con cái, trở thành một phần di sản của họ. Những người mang quan điểm phân biệt chủng tộc đang bị mắc kẹt trong chính những định kiến được thừa kế, giống như tôi từng cảm thấy bị mắc kẹt bởi sự phân biệt hướng về tôi và gia đình mình.

Sự đồng cảm đã trở thành cách tôi đáp lại phân biệt chủng tộc. Lẽ ra chúng ta có thể chia sẻ một tình bạn, những kỷ niệm đẹp, ẩm thực, âm nhạc và văn hoá. Nhưng thay vào đó, mối quan hệ của chúng ta lại tiêu cực, với những hành động bắt nguồn từ sự bất an và thiếu thấu hiểu. Khi ta đau khổ, ta khiến người khác đau khổ. Gây đau cho người khác rốt cuộc cũng là gây đau cho chính mình.

Tương tự, chia sẻ tình bạn hay niềm vui là điều tốt lành, không phải một chiều mà hai chiều và có tính lan toả. Tôi nhận ra rằng muốn phá vỡ vòng xoáy này cần sự đồng cảm, sự tiếp xúc và tấm lòng rộng mở. Khi chúng ta vươn ra và tìm hiểu về nhau, chúng ta có thể biến những mối quan hệ tiêu cực thành tích cực, tạo ra hiệu ứng lan toả tràn đầy sự tôn trọng và lòng tử tế.

Điều thiết yếu là nhận ra và tháo gỡ chiếc lồng xã hội đang giam cầm nhiều người. Sức bật không nên có nghĩa là phớt lờ thực tại hay ẩn mình sau những kỳ vọng xã hội. Thay vào đó, sức bật nên bao gồm việc thừa nhận thử thách và biến chúng thành bậc thang cho sự trưởng thành, đồng thời ôm ấp và thể hiện con người thực của mình vượt ra ngoài những phán xét của xã hội.

Các mối quan hệ và những trải nghiệm về tình yêu định hình sâu sắc sự trưởng thành của chúng ta. Vậy làm sao để chúng ta lèo lái những cảm xúc và những kết nối phức tạp này?

Các Mối Quan Hệ và Tình Yêu

Tình yêu theo cách ta hiểu ngày nay, thật ra mới chỉ được định hình trong khuôn khổ hiện đại chừng một trăm năm trở lại đây thôi, và các mối quan hệ cũng dần chuyển mình theo dòng chảy ấy. Qua bao trải nghiệm, tôi nhận ra rằng tình yêu không chỉ gói gọn trong chuyện lứa đôi hay tình cảm gia đình, mà còn là tất cả những sợi dây gắn kết ta dệt nên với người khác, và cả cách ta bước đi giữa những sợi dây ấy. Dẫu khái niệm tình yêu đã biến đổi qua bao thời kỳ, bản chất các mối quan hệ vẫn vậy, không hề thay đổi. Tình yêu là một cảm xúc phức hợp, đa tầng, trải dài từ tình lãng mạn, tình bằng hữu, tình yêu dành cho bản thân, cho đến tình yêu rộng mở với muôn người, muôn vật. Mỗi dạng thức yêu thương đều bồi đắp thêm chiều sâu cho cuộc sống và giúp ta trưởng thành hơn trên hành trình làm người.

Cảm xúc cũng giống như sắc màu vậy, không lời nào diễn tả cho trọn vẹn được. Thử hỏi, làm sao bạn miêu tả sắc vàng cho một người chưa từng nhìn thấy ánh sáng? Có khi, im lặng mới là ngôn ngữ sâu sắc nhất. Giọng nói, thanh âm, cái cách ta cất tiếng mới thực sự quan trọng hơn cả. Giọng nói chính là âm thanh được nhuộm đẫm cảm xúc, chuyên chở những sắc thái tinh tế mà ngôn từ suông không tài nào chạm tới. Trong các mối quan hệ, cách ta nói thường có sức nặng hơn rất nhiều so với lời ta nói. Một giọng dịu dàng có thể xoa dịu và chữa lành, trong khi một giọng cay nghiệt có thể cứa sâu vào lòng người, bất kể câu chữ mang nghĩa gì đi nữa. Nói cho cùng, ngôn từ chỉ là chiếc bình, còn cảm xúc mới là dòng nước bên trong.

Sức khỏe, nghe thật nghịch lý, nhưng lại là một thứ bệnh mà ai rồi cũng phải khuất phục. Và những mối quan hệ lành mạnh nhất lại thường mang đến nỗi đau sâu thẳm nhất, kết thúc cũng bi kịch nhất. Yêu thương trọn vẹn cũng có nghĩa là mở toang cánh cửa lòng mình cho tan vỡ bước vào. Nhưng dẫu có đau đớn, dẫu có thể mất mát, thà yêu rồi lỡ buông, vẫn hơn cả một đời không biết yêu là gì.

Tình yêu vừa là tấm đệm êm ái giữa chiếc lồng mà xã hội dựng nên quanh ta, vừa là chất bôi trơn làm dịu đi những gồ ghề của cuộc đời. Nhưng không chỉ dừng lại ở đó, tình yêu còn là một cấu trúc định hình nên mọi trải nghiệm và mối quan hệ của ta.

Người ta thường nói tình yêu là thứ "ác" nhất trên đời. Hãy lấy ví dụ từ tình mẫu tử: một người mẹ có thể sẵn sàng hại đứa trẻ khác để bảo vệ con mình.

Góc nhìn ấy cho thấy tình yêu mãnh liệt đến mức nào, và đôi khi, sức mạnh hủy diệt của nó cũng ghê gớm đến nhường nào. Lý tưởng nhất, mỗi người mẹ nên mở rộng tình yêu ấy đến tất cả mọi đứa trẻ, không riêng con mình.

Khi nói đến Ngôn Ngữ Tình Yêu, bạn chỉ cần nghĩ đến một người duy nhất thôi. Hãy thiết kế ngôn ngữ yêu thương riêng, vừa vặn với con người ấy. Những ai giàu lòng đồng cảm luôn dồn trọn sự chú tâm vào người đang đối diện, thấu hiểu cách hòa nhịp với họ bằng sự pha trộn giữa cảm xúc và lý trí. Sự thân mật đích thực trong một mối quan hệ là khi tâm trí và thể xác hòa tan vào nhau. Sự giao hòa ấy nghĩa là hai người không chỉ kết nối về trí tuệ và cảm xúc, mà còn cả thể chất. Đó là khi suy nghĩ, cảm xúc và sự hiện diện của đôi bên cùng hòa quyện, kiến tạo nên một mối quan hệ hài hòa và sâu sắc đến tận cùng.

Cảm giác an toàn nơi một người cho phép ta tồn tại giữa cuộc đời mà không phải lo âu. Nói cho giản dị, "tình yêu" thực chất là cách gọi chung cho muôn hình thức đồng hành, quan tâm, sẻ chia và yêu thương. Các mối quan hệ, cũng như con người, là những thực thể sống, cần được chăm chút, cần sự hiện diện, và thường cần cả một ánh nhìn dịu dàng. Giá trị bản thân mà ta tự cảm nhận có ảnh hưởng rất lớn đến ý niệm của ta về người xứng đáng đồng hành cùng mình. Khi ta có một hình ảnh tích cực về chính mình, ta có xu hướng tìm kiếm những người phản chiếu lòng tự trọng và khát vọng của ta. Ngược lại, nếu ta hạ thấp giá trị bản thân, ta dễ chấp nhận những gì thấp hơn mình đáng được, và cứ thế, vòng xoáy tự ti ngày càng siết chặt.

Dù tình yêu quan trọng đến mấy, ta cũng cần thận trọng, đừng đặt trọn niềm tin vào ai chỉ dựa trên cảm xúc và rung động. Tình yêu là lớp kem phủ, không phải chiếc bánh. Nền tảng thực sự của bất kỳ mối quan hệ nào được xây từ thời gian, từ những trải nghiệm chung, sự đỡ đần lẫn nhau, và cả những yếu tố thực tế như sự ổn định tài chính. Lớp kem, tức là cảm giác thích hay không thích một người, chỉ tô thêm hương vị, chứ đừng lầm tưởng đó là nền móng. Tình yêu đích thực và một mối quan hệ thành công đòi hỏi sự cân bằng giữa cả hai yếu tố ấy.

Trong cuộc sống, ta thường gặp phải những thua thiệt hay mất mát nho nhỏ. Nếu bạn có thể gánh chịu được những bất tiện vặt vãnh ấy, hãy cứ bỏ qua cho nhẹ lòng. Khi những thử thách lớn hơn ập đến, hãy biết lúc nào nên dừng lại, lúc nào nên đối mặt. Bí quyết là đừng để những chuyện nhỏ nhặt kéo mình sa lầy.

Thay vào đó, hãy xem những mất mát nhỏ ấy như một khoản đầu tư cho những thứ lớn lao hơn, dù là các mối quan hệ, những trải nghiệm, hay sự trưởng thành của chính mình. Bạn không đơn thuần đang mất đi thứ gì đó, mà đang đánh đổi lấy một thứ khác: sự khôn ngoan, khả năng chống chịu, và những kết nối sâu sắc hơn. Mỗi lần mất mát, theo cách riêng của nó, đều mua cho bạn một góc nhìn mới.

Dù là kết bạn ở công viên hay trên máy bay, tình bạn là bất cứ thứ gì bạn muốn nó trở thành. Bạn hoàn toàn có thể là bạn bè ở cách xa nhau ngàn dặm, rồi khi gặp lại, mọi khoảnh khắc thân thuộc lại bừng lên, và hai người nối tiếp đúng chỗ đã dừng lại. Khoảng cách là trở ngại nhỏ nhất. Con người ta vẫn đi đây đi đó, vẫn có thể gặp nhau khi ghé thăm. Cứ thoải mái đi! Tôi thậm chí chưa bao giờ gặp mặt Daniel, vậy mà tôi đang viết cho anh ấy cả một cuốn sách. Bạn muốn biến nó thành gì cũng được. Bạn thích duy trì tình bạn theo kiểu nào? Tất cả tùy thuộc vào bạn.

Mỗi người bạn gặp giống như một chiếc hũ bánh quy chứa đầy cơ hội, những lần tương tác và những khoảnh khắc, mà mỗi chiếc bánh quy đại diện cho một thứ trong đó. Những chiếc bánh đều có cùng kích cỡ, tượng trưng cho mỗi lần tương tác, dù lớn hay nhỏ, đều mang ý nghĩa và sức ảnh hưởng riêng. Xây dựng các mối quan hệ cũng giống như chăm sóc một hũ bánh quy vậy. Độ tươi mới và ngọt ngào của bánh sẽ phai dần theo thời gian, giống như sự hào hứng và mới mẻ ban đầu trong các mối quan hệ cũng có thể nhạt đi. Ký ức, cũng như bánh quy, sẽ bớt sống động và ngọt lành khi năm tháng trôi qua. Không có nghĩa là mối quan hệ ấy kém giá trị hơn, mà chỉ nhắc ta nhớ rằng hãy trân trọng và tận hưởng trọn vẹn những khoảnh khắc hiện tại bên nhau. Khi các mối quan hệ trải qua thời gian, chúng cần được chăm sóc và vun đắp để giữ nguyên vị ngọt. Giống như bạn không thể để ngỏ nắp hũ bánh cho bánh ỉu đi, bạn cũng không nên lơ là với những mối quan hệ của mình. Hãy thường xuyên nuôi dưỡng chúng bằng sự quan tâm, lời trò chuyện, và những trải nghiệm cùng nhau. Nhờ vậy, những chiếc bánh quy, hay nói đúng hơn là những ký ức, sẽ còn tươi mới và ngọt ngào được lâu nhất có thể.

Nhìn vào bức tranh lớn của cuộc đời, hãy dành sự quan tâm cho những mất mát thực sự quan trọng và buông bỏ những thứ vặt vãnh. Hãy nhớ rằng mỗi lần tương tác, mỗi chiếc bánh quy, đều góp thêm giá trị vào chiếc hũ của bạn. Hãy trân quý những chiếc bánh khi chúng còn tươi, và hãy nhớ rằng dẫu có cũ đi theo năm tháng, hương vị và niềm vui mà chúng từng mang lại vẫn còn mãi.

Thấu hiểu tình yêu ở mọi chiều kích giúp ta bước qua các mối quan hệ bằng sự đồng cảm và tỉnh thức. Dù là tình lãng mạn, tình bằng hữu, tình yêu bản thân hay tình yêu phổ quát, mỗi dạng thức yêu thương đều bồi đắp thêm chiều sâu cho cuộc sống và giúp ta lớn lên. Khi ta mở lòng đón nhận trọn vẹn dải quang phổ của tình yêu, ta sẽ vun đắp được những kết nối sâu sắc hơn với những người quanh mình, và trên hết, với chính bản thân ta.

Tỉnh Thức và Chánh Niệm

Thế giới mà bạn đang hiện diện vốn dĩ được nhào nặn từ chính những niềm tin riêng biệt trong tâm khảm. Ta mải miết xây đắp nên một thực tại đầy sức thuyết phục, để rồi cứ thế tự chứng minh rằng mình luôn đúng. Dù là sự phán xét, hay cái nhìn về một ly nước vơi đi một nửa hay đầy một nửa, thực ra tất cả đều chẳng quá quan trọng; điều cốt lõi nằm ở chỗ chúng ta đang kiến tạo nên thế giới thông qua lăng kính của nhận thức và những đức tin cá nhân.

Khi bạn tự thiết lập cho mình một chuẩn mực đồng điệu với bản thể và những giá trị cốt lõi mà mình trân quý, mọi thứ sẽ xoay chuyển hoàn toàn. Một chân trời mới mở ra, nơi bạn không còn bị xô đẩy bởi áp lực từ thế giới bên ngoài, mà được dẫn dắt bởi khát khao chân thành muốn trưởng thành và hoàn thiện theo những cách mang ý nghĩa sâu sắc nhất với chính mình. Trong không gian tĩnh tại đó, sự thăng hoa thực sự sẽ nảy nở, không phải vì bạn đang đuổi theo hình mẫu thành công của một ai đó, mà bởi bạn đang tận hiến cho hành trình của chính mình, theo cách mà tâm hồn bạn hằng mong cầu.

Mỗi người trong chúng ta là một kỳ quan đang hít thở, một bản thể độc nhất vô nhị. Chưa từng có trong lịch sử, và cũng sẽ chẳng bao giờ có trong tương lai, một bản sao hoàn hảo của chính bạn. Sự duy nhất này là một thực tế thiêng liêng mà ta thường vô tình lãng quên giữa dòng đời hối hả, khi mải mê cuốn theo những thói quen lặp lại và những kỳ vọng bủa vây. Nhưng sự thật là, chỉ riêng việc bạn hiện hữu thôi đã là một điều phi thường. Hãy dành một nhịp lặng để chiêm nghiệm: giữa dòng thời gian vô tận, qua hàng tỷ năm với biết bao kiếp người, chưa từng có một "bạn" thứ hai xuất hiện trên đời"

Những trải nghiệm, suy tư, ký ức và cảm xúc đang cuộn chảy trong bạn là tài sản riêng biệt, chỉ thuộc về riêng bạn. Ngay cả khi có ai đó cố gắng tái hiện mọi khía cạnh trong cuộc đời bạn, họ cũng chẳng thể nào làm được. Bản chất cốt lõi, góc nhìn và toàn bộ sự hiện hữu của bạn là của riêng bạn. Nhận thức này vừa khiến ta thấy mình thật nhỏ bé trước tạo hóa, lại vừa tiếp thêm một nguồn sức mạnh lớn lao. Nó nhắc nhở rằng chúng ta chẳng cần tìm kiếm sự công nhận từ bên ngoài hay đặt mình lên bàn cân so sánh với bất kỳ ai. Bạn vốn dĩ đã vẹn tròn và quý giá ngay tại giây phút này. Ta không cần phải gồng mình để đạt được tiêu chuẩn thành công, vẻ đẹp hay trí tuệ của người khác. Chẳng có cột mốc nào để so đo, cũng chẳng có cuộc cạnh tranh nào là thực tế, bởi không một ai có thể thay bạn sống cuộc đời này hay cảm nhận thế giới theo cách của bạn. Và chính vì bạn là một bản chính duy nhất, nên mọi đóng góp của bạn cho thế giới này, dù nhỏ bé đến đâu, đều là những mảnh ghép không thể thay thế.

Cách bạn cất lời, cách bạn yêu thương, cách bạn tháo gỡ những vướng mắc và ngay cả tiếng cười của bạn, tất cả đều là những dấu ấn độc bản mà bạn lưu lại cho cuộc đời. Bạn là một tạo tác đang không ngừng tiến hóa, và mỗi điều bạn chạm đến đều mang theo một phần hơi thở nhiệm màu đó. Trách nhiệm của bạn, vì thế, không phải là trở nên hoàn hảo, mà là trở nên chân thực với chính mình. Thế giới này không cần bạn phải hóa thân thành ai khác hay bước theo dấu chân của người tiền nhiệm. Thế giới cần bạn bước đi trên con đường của riêng bạn. Sự hiện diện, sức sáng tạo, lòng trắc ẩn và nguồn năng lượng nơi bạn là món quà mà chỉ mình bạn mới có thể ban tặng. Không ai có thể trao đi những gì bạn đang sở hữu, cũng không ai nhìn thấy thế giới qua đôi mắt của bạn. Chính điều ấy làm cho cuộc sống này trở nên trân quý khôn cùng.

Bởi khi bạn sống, bạn đang góp phần vào một điều gì đó vĩ đại hơn chính mình, một minh chứng sống động về những trải nghiệm, ý tưởng và những sợi dây liên kết sẽ chẳng bao giờ được lặp lại. Vậy bạn sẽ làm gì với sự hiện hữu phi thường này? Bạn sẽ để lại dấu ấn gì, khi biết rằng chưa từng có ai và cũng sẽ chẳng bao giờ có ai sống cuộc đời này thay bạn? Dù là qua công việc, sức sáng tạo hay cách bạn kết nối với tha nhân, hãy luôn nhớ rằng bạn là một kỳ quan độc nhất đang sống, đang thở và không gì có thể thay thế được.

Chúng ta thường bận tâm với chuyện định nghĩa mình làm gì. Tôi có dạy học không? Có. Nhưng sao cứ phải mãi định nghĩa rằng mình đang làm gì? Tôi đã dạy học bấy lâu nay mà chẳng cần cái nhãn "giáo viên." Tôi đã đang sống với nó rồi, nhưng lại cảm thấy cần phải tự thừa nhận một cách có ý thức. Tự Nhận Thức đôi khi đồng nghĩa với hạ mình xuống để người khác có thể hiểu mình. Đừng để lạc lối, đừng nghi ngờ rằng bạn là một người thầy; ý kiến của họ không định nghĩa được bạn. Tôi có nên theo đuổi nghề dạy học không? Một câu hỏi hay hơn sẽ là: nghề nghiệp thực sự của tôi là gì?

Càng suy ngẫm sâu sắc, dòng đời của tôi sẽ càng dịch chuyển mạnh mẽ.

Tuy nhiên, đã đến lúc ta cần tạm lắng những suy tư để bắt đầu dấn thân vào hành động. Đừng mong cầu rằng tất cả những người bạn gặp đều sẽ thấu hiểu mình; hãy làm quen với thực tế đó. Thay vào đó, hãy tập trung vào việc diễn đạt sao cho lòng người dễ đồng cảm. Hãy tự vấn: Tại sao tôi lại làm điều này? Tại sao tôi lại hiện diện ở đây? Hãy thuần thục việc đặt ra những câu hỏi ấy.

Những câu hỏi nền tảng này chính là động cơ thúc đẩy mục đích và phương hướng, đóng vai trò như chiếc la bàn dẫn lối cho mọi hành động và quyết định của bạn. Hãy đào sâu vào những động cơ nội tại và thấu hiểu căn nguyên cốt lõi đằng sau những gì bạn đang theo đuổi. Sự thấu thị này sẽ tiếp thêm nhiên liệu cho ý chí và mang lại sự minh triết trong những khoảnh khắc hoài nghi.

Làm chủ thế giới quan hệ khởi nguồn từ việc thấu hiểu chính mình.

Khi ai đó hỏi: "Bạn từ đâu đến?", họ thường mong chờ một câu trả lời mang tính quy ước. Nhưng chỉ có bạn mới thực sự trả lời được câu hỏi đó, bạn thực sự muốn bộc lộ điều gì? Áp đặt bất kỳ nhãn dán nào lên con người đều là một sự hạn hẹp, vì vậy hãy biến câu hỏi ấy thành cơ hội để thể hiện bản chất chân thực của bạn.

Bạn từ đâu đến? Một câu hỏi sâu sắc hơn là: DNA trong tâm hồn tôi mang hình hài thế nào? Tôi không cần phải uốn mình theo những khuôn mẫu xã hội để định nghĩa bản thân. Hãy nhận ra rằng bạn nắm giữ quyền năng để tự định vị mình là ai và mình muốn được nhìn nhận như thế nào. Nếu có một chiếc lồng ngăn cách, thì đó chính là do tôi tự tạo ra, chẳng có gì ngăn cản được việc tôi tự định nghĩa chính mình. Tôi hoàn toàn làm chủ cách mình muốn phác họa chân dung bản thân trước cuộc đời.

Trực giác là điều vô cùng hệ trọng. Đó là chiếc la bàn nội tại dẫn lối bạn đến với những kết nối chân thành và giúp bạn tránh xa những tình huống không tương thích với giá trị sống của mình. Những người có

Trực Giác sắc bén cũng sẽ dùng chính nó để đối ứng với bạn. Hãy ý thức rằng người khác cũng đang sử dụng linh cảm của họ. Thấu hiểu điều này, bạn có thể điều hướng các động lực xã hội một cách hiệu quả hơn, biết chọn lọc khi nào nên bộc lộ bản thân và khi nào cần bảo vệ những điểm yếu mềm của mình. Hãy học cách ẩn mình; sự tự tin đích thực vào bản thân không thể chỉ dựa dẫm vào vẻ bề ngoài. Khi gặp một người lạ, hãy cứ mở lòng thể hiện cái tôi chân thật, nhưng cũng đừng quên xây dựng những hàng rào bảo vệ cho tâm hồn.

Bạn có một vai diễn riêng trên sân khấu cuộc đời, và không phải ai bạn gặp cũng sẽ có cùng góc nhìn hay nhịp bước giống bạn. Đôi khi, sức mạnh của bạn lại nằm ở việc biết làm dịu đi ánh nhìn của mình. Không nhất thiết lúc nào cũng phải lao về phía trước hay cố gắng chứng minh luận điểm của mình là đúng. Có một quyền năng ẩn chứa trong sự thấu cảm, trong việc chọn nhìn thấy những gánh nặng mà người khác đang mang vác. Bạn không hề đánh mất bản sắc khi làm điều này; bạn chỉ đơn giản là nhận ra rằng thế giới vận hành theo nhiều tầng nấc khác nhau, và đôi khi, ta cần chuyển động cùng dòng chảy thay vì cố gắng ngược dòng.

Sự tỉnh thức cho phép chúng ta bước vào một tầng hiểu biết sâu sắc hơn về cách ta kết nối với thế giới xung quanh; cách ta lựa chọn tương tác với những mảnh thông tin thu lượm được. Đôi khi ta nắm giữ mọi tri thức trên đời, nhưng nếu không biết cách kết nối chúng, nó cũng giống như việc cầm những mảnh ghép của một bức tranh mà chẳng bao giờ có ý định ráp chúng lại thành một hình ảnh vẹn toàn.

Sự vô minh không phải lúc nào cũng là thiếu hụt kiến thức; đôi khi, nó là sự chối từ kết nối những điểm mấu chốt. Đó là khi ta nhìn mọi thứ như những mảnh vụn rời rạc thay vì là một phần của tổng thể. Khi vận hành trong sự vô minh, ta có thể biết rõ các dữ kiện nhưng lại thất bại trong việc nắm bắt ý nghĩa sâu xa của chúng. Ta mãi luẩn quẩn trên bề mặt mà bỏ lỡ sự trù phú của vẻ đẹp đan xen vạn vật. Ngược lại, sự tỉnh thức thực sự mời gọi chúng ta nhìn thấy những sợi dây liên kết đó, dệt chúng lại thành một điều gì đó gắn kết và đầy sức sống. Nhìn thế giới theo cách này, ta cảm thấy vi diệu khi nhận ra rằng không có gì tồn tại đơn độc. Những khoảnh khắc nhỏ bé, những chi tiết nhỏ nhặt, những mảnh vỡ vụn đều là một phần của một tổng thể lớn lao, kết nối chặt chẽ. Cuộc đời là một mạng lưới những trải nghiệm mà khi được dệt lại cùng nhau, chúng sẽ hiển lộ một ý nghĩa sâu sắc và tinh vi hơn. Khi bạn bắt đầu sống với sự tỉnh thức, mọi thứ đều trở nên giàu có hơn. Bạn bắt đầu nhận thấy mối tương quan giữa vạn vật, và những kết nối đó mang lại chiều sâu mới cho sự thấu hiểu của bạn về thế giới.

Sống trong sự vô minh có vẻ là con đường dễ dàng hơn. Cứ ở lại trên bề mặt, né tránh sự phức tạp, giữ mọi thứ thật đơn giản. Nhưng tỉnh thức mới là nơi chúng ta trưởng thành, nơi ta vươn mình vượt ra ngoài ranh giới của những gì đã biết để chiêm ngưỡng cuộc sống trong tất cả sự phức tạp của nó. Và chính trong sự tỉnh thức ấy, ta bắt đầu nhìn thấy chính mình rõ ràng hơn, ta không chỉ như một cá nhân riêng lẻ, mà như một phần của cái toàn thể vĩ đại.

Loại tỉnh thức này là một sự lựa chọn. Đó là một cách sống đòi hỏi bạn phải bước ra khỏi vùng an toàn, để lặn sâu vào những sợi dây liên kết kết nối vạn vật với nhau. Một khi bạn đã nhìn thấy những quy luật đó, một khi bạn đã đón nhận sự hiểu biết ấy, sẽ chẳng còn đường lui. Cuộc sống trở nên đậm đà hơn, ý nghĩa hơn và kết nối vô hạn hơn. Bạn bắt đầu thấy rằng mọi thứ đều tìm thấy vị trí của nó, rằng luôn có một trật tự sâu sắc ẩn sau sự hỗn loạn. Và trong đó, bạn tìm thấy một cảm giác bình an và minh triết mà sự vô minh chẳng bao giờ có thể mang lại.

Sự yếu mềm thường bị lầm tưởng là nhược điểm, nhưng thực chất đó lại là một trong những sức mạnh uyên thâm nhất mà ta có thể vun trồng. Việc chấp nhận những khiếm khuyết cho phép chúng ta kết nối sâu sắc hơn với chính mình và người khác. Khi ta thừa nhận những thiếu sót và những điều chưa hoàn hảo, ta đã mở ra cánh cửa cho những kết nối chân thành. Khi ta cho phép mình được yếu mềm, ta đang chứng minh niềm tin vào bản thân và vào những người ta chọn để sẻ chia. Hành động tin tưởng này có thể chuyển hóa các mối quan hệ, tạo nên một nền tảng của sự trung thực và thấu cảm. Tìm kiếm những lối thoát cho sự biểu đạt sáng tạo cho phép bạn được sống thật và là chính mình trong mọi nỗ lực. Sáng tạo là một cách thức mãnh liệt để kết nối với bản ngã đích thực và sẻ chia món quà độc nhất của bạn với thế gian.

Cốt lõi của tôi là ai, phía sau tất cả những nhãn dán và vai diễn xã hội? Điều gì đang nằm dưới lớp vỏ đang dần bong tróc đó? Đó chính là nền tảng căn bản giữ cho tôi toàn vẹn. Xã hội thường áp đặt những danh xưng và vai trò lên chúng ta, nhào nặn nên cách ta tự nhìn nhận chính mình. Nhưng những nhãn dán đó không định nghĩa con người ta. Bản chất chân thực của chúng ta là một điều gì đó sâu sắc và bao la hơn nhiều.

Khi tôi thấy mình không thể chấp nhận bản thân, đó chính là lúc tôi cần sự bao dung nhất. Chính trong những khoảnh khắc mong manh này, ta thấy mình "người" nhất, cần đến sự trắc ẩn và thấu hiểu mà ta thường chủ động khước từ. Sự chấp nhận đích thực phải bắt đầu từ bên trong, và khi ta ôm ấp mọi phần của bản thân, ta mới mở lối cho người khác làm điều tương tự. Trong tâm lý học, khái niệm "Cái Bóng" ám chỉ những phần mà ta chối bỏ hoặc dồn nén. Những khía cạnh này có thể bao gồm những nỗi sợ hãi, khao khát và những nét tính cách mà ta cho là không mong muốn. Bằng cách đưa những phương diện thuộc về Cái Bóng này ra ánh sáng của sự tỉnh thức, ta có thể tái hòa nhập chúng vào cái tôi ý thức, dẫn đến một sự trọn vẹn và tự chấp nhận cao hơn.

Hãy cứ là bất cứ điều gì bạn muốn, bởi bạn có khả năng thích nghi và chuyển hóa phi thường. Thay đổi là hằng số duy nhất của cuộc đời. Đón nhận sự thay đổi nghĩa là mở lòng với những trải nghiệm và cơ hội mới. Nó có nghĩa là thấu hiểu rằng cuộc sống là một hành trình trưởng thành và biến đổi không ngừng. Sự linh hoạt này cho phép bạn hóa thân vào nhiều vai trò và tình huống khác nhau, trân trọng sự đổi thay mà cuộc sống tất yếu mang lại.

Tâm trí có thể là đồng minh lớn nhất hoặc là trở ngại đáng sợ nhất của chúng ta. Khi ta phá bỏ những xiềng xích tự thân áp đặt, ta mở ra cho mình những khả năng mới và niềm hạnh phúc lớn lao hơn. Quá trình này bao gồm việc chuyển đổi tư duy và đón nhận một tầm nhìn tích cực, rộng mở hơn về bản thân và tiềm năng của chính mình. Sự tỉnh thức đồng nghĩa với việc bạn ý thức được thời gian và điều chỉnh kỳ vọng sát với thực tại, nhận diện những nguồn lực nhào nặn nên con người bạn và hiểu ra cách điều hướng chúng sao cho hiệu quả.

Trong năm vừa qua, khám phá khiến tôi ngỡ ngàng nhất chính là: Sức mạnh trong tôi là không thể đong đếm. Tôi có khả năng dịch chuyển cuộc đời mình xa đến mức mà trí tưởng tượng có thể chạm tới, và điều bất ngờ hơn nữa là qua hành trình này, tôi nhận ra người khác cũng bị thu hút bởi chính cảm giác về những khả năng ấy.

Khi đẩy lùi những biên giới hạn hẹp của chính mình, tôi đã mở ra một không gian nơi người khác có thể cùng chung bước, nơi chúng ta không bị giam cầm bởi nỗi sợ hay sự bất định, mà được nâng đỡ bởi niềm tin chung vào tiềm năng của mỗi người. Cùng nhau, chúng ta đang hình thành nên một điều gì đó vĩ đại hơn, một nguồn năng lượng tập thể được thúc đẩy không phải bởi những kỳ vọng bên ngoài mà bởi sự bao la mà mỗi chúng ta mang giữ bên trong. Giống như thể, bằng cách dám bước vào sức mạnh của chính mình, tôi đang trao quyền cho người khác làm điều tương tự, và cùng nhau, chúng ta trở nên lớn lao hơn — một cộng đồng của những cá nhân không sợ hãi trước sự trưởng thành, sự khám phá và sự tái định nghĩa những điều khả thi.

Suy cho cùng, sự sống là một điều gì đó được biểu đạt thông qua bạn, như thể bạn là một chiếc bình mà qua đó vũ trụ chuyển động, hít thở và trải nghiệm chính nó. Theo nghĩa này, bạn vừa là người sáng tạo, vừa là một tạo tác, gắn kết chặt chẽ với kết cấu của sự tồn tại. Khi bạn nhìn nhận cuộc sống theo cách này, sức nặng của áp lực phải "thấu hiểu tất cả" bắt đầu tan biến. Bạn không cần phải kiểm soát mọi thứ, và bạn cũng không cần phải có tất cả câu hỏi. Sau tất cả, bạn là một phần của một vũ điệu lớn lao và tinh vi hơn nhiều. Vẻ đẹp nằm ở chính sự chuyển động, ở sự bất định của những bước chân, ở niềm vui khi để vũ trụ tự biểu đạt thông qua bạn, và ngược lại, bạn biểu đạt chính mình thông qua vũ trụ.

Sẽ ra sao nếu ta chỉ đơn giản là mở lòng ra, để cuộc sống chảy trôi qua mình thay vì cố gắng gồng mình đi xuyên qua cuộc sống?

Vũ trụ đã chọn tấu lên bản nhạc của nó thông qua

bạn bởi vì có một điều gì đó độc nhất trong cách bạn diễn đạt, trong suy nghĩ và trong hành động của bạn. Không có một ai khác giống như bạn. Chưa từng có, và sẽ chẳng bao giờ có. Vũ trụ ngân vang một nốt nhạc khác biệt qua mỗi chúng ta, tạo nên một bản hòa ca phong phú của trải nghiệm và tâm thức. Khi bạn đón nhận điều này, cuộc sống bớt đi những vật lộn và trở nên đong đầy những khám phá. Bạn bắt đầu chú ý đến những điều nhỏ bé hơn, những cách mà thế giới đang phản chiếu lại các cảm xúc, ý tưởng và trạng thái tâm hồn của chính bạn. Những sự đồng quy trở nên rõ rệt hơn, những kết nối bắt đầu sâu sắc hơn, những khoảnh khắc trở nên thiêng liêng hơn. Cuộc sống không tách biệt khỏi bạn; nó là một phần mở rộng của bạn, và bạn là một phần mở rộng của nó.

Trong mỗi hơi thở, mỗi bước chân, mỗi lần tương tác, vũ trụ đang tự mình tấu lên khúc nhạc thông qua chính bạn.

Chuyển Hóa Chiếc Lồng: Từ Giam Cầm Đến Tự Do

Hôm nay, tôi nhìn chiếc lồng ấy khác đi rồi. Nó mềm mại hơn, dẻo dai hơn, như tre vậy. Nó chẳng còn là ngục tù khô khốc, mà đã trở thành một cấu trúc thanh thoát từ những chất liệu linh hoạt, biết cúi mình trước gió bão mà chẳng hề gãy gập. Những song chấn giờ đây được đan bện từ những sợi trách nhiệm và cam kết, vẫn còn đó nhưng dễ luồn lách hơn nhiều. Những sợi ấy có thể uốn lượn, dịch chuyển, mở ra cho tôi thêm khoảng trống để cử động và bộc lộ con người thật của mình. Con hổ trong tôi giờ đây đã có thể rảo những bước chân rộng lớn, vươn vai và thậm chí là bật nhảy, bởi tôi đang dần trở nên tỉnh thức và vững tin hơn. Trần lồng giờ đây cũng đã hiện lên rõ ràng và tôi có thể với tay chạm được, nó được kết thành từ những mắt lưới mỏng manh, để ánh nắng của hy vọng, sự minh triết và cả những khả năng thoát ly có thể len lỏi tràn vào. Thay vì sự giam cầm, tôi chỉ thấy những tiềm năng và cơ hội đang vẫy gọi.

Mãnh hổ trong tôi, từng bị giam giữ giữa những song chấn dày cộp của kỳ vọng xã hội, giờ bước đi thong dong và tự tin hơn trong không gian ấy. Tiếng gầm của hổ chính là giọng nói của tôi, là sự thật của tôi, mạnh mẽ, tự tin, bản lĩnh và trung thực với chính mình. Đó là cách tôi cất lên suy nghĩ, niềm tin và trải nghiệm của mình, chia sẻ với thế giới mà chẳng cần một lời phân bua. Tôi không còn cảm thấy cần phải ép mình vào bất kỳ khuôn đúc nào hay đáp ứng kỳ vọng của bất kỳ ai ngoài chính mình. Chiếc lồng không còn là rào cản nữa, mà đã trở thành một khung đỡ nâng bước trưởng thành, cho phép tôi lướt đi giữa dòng đời một cách an nhiên, duyên dáng và đầy quyết tâm. Những ranh giới ấy không chỉ bảo vệ nơi trú ẩn linh thiêng của tôi, mà còn góp phần định hình nên chính nơi đó. Cũng như cách tôi tự đặt ra giới hạn cho những gì được phép bước vào cuộc đời mình, tôi đã kiến tạo nên chốn an yên riêng bằng cách chọn lọc thứ gì được phép hiện hữu bên trong và thứ gì cần phải bỏ lại bên ngoài.

Có lẽ, thánh đường đích thực khởi sinh từ giây phút ta chợt tỉnh: rằng sự tự do bấy lâu ta mải miết kiếm tìm nơi chân trời góc bể hay trong ảo vọng tương lai, hóa ra vẫn luôn vẹn nguyên ngay tại đây, ngay lúc này. Tự do nảy mầm từ những khoảng lặng ta tự dành lấy, từ những chân tình ta dày công vun đắp, và từ những đam mê ta trọn lòng theo đuổi. Ấy là một cõi thiêng được dựng xây bằng sự chú tâm và tỉnh thức, nơi mỗi quyết định đều trở thành một viên gạch bảo bọc và bồi đắp thêm sự vững chãi cho chính ngôi đền tâm hồn mình.

Lời Kết

Ngoảnh lại chặng đường trải lòng trên từng trang giấy, tôi bồi hồi nhận ra cuốn sách này đã âm thầm lớn lên cùng tôi qua từng năm tháng. Mỗi tâm hồn mà tôi hữu duyên gặp gỡ trong quá trình thành hình tác phẩm đều để lại những dấu ấn riêng biệt, từng lời tâm tình, từng câu chuyện nhỏ cứ thế bồi đắp, nhào nặn những suy tư rời rạc thành một thực thể sống động. Mỗi khi ai đó bày tỏ niềm rung cảm hay đặt ra một câu hỏi, cuốn sách lại chuyển mình theo những cách mà tôi chẳng thể tiên liệu, giúp nó ngân vang sâu sắc và lan tỏa rộng khắp hơn. Giờ đây, những trang sách này không còn đơn thuần là câu chuyện của riêng tôi, mà chúng đã trở thành tấm gương phản chiếu chân dung của những con người tôi từng hội ngộ và cả những trải nghiệm mà chúng ta đã cùng nhau đi qua.

Lắng lại sau tất cả, tôi thấy rõ hơn bao giờ hết sự hiện diện của Daniel Tay, người đã gieo những hạt mầm ảnh hưởng lớn lao lên cuộc đời tôi. Những chỉ dẫn của anh không chỉ giúp tôi khai phóng nhãn quan, mà còn khơi dậy lòng trân quý sâu xa đối với từng bài học mà cuộc đời trao tặng. Nếu thiếu đi những câu hỏi phản biện, những thách thức mà anh đặt ra cho thế giới quan của tôi, có lẽ tôi đã mải miết đuổi theo một lối mòn trông thật rạng rỡ dưới mắt đời nhưng lại khô héo tận đáy tâm hồn. Trí Tuệ của Daniel, len lỏi qua từng cuộc trò chuyện, đã trở thành ngọn hải đăng soi sáng, giúp tôi đi xuyên qua những mê cung của kiếp nhân sinh bằng sự tao nhã và lòng hiếu kỳ thuần khiết.

Tôi gửi gắm vào đây một niềm hy vọng, rằng cuốn

sách sẽ trở thành nguồn cảm hứng bất tận, dẫn dắt bạn đi tìm ý nghĩa ẩn tàng trong những điều nhỏ bé nhất. Hãy cứ can đảm mà dấn thân vào con đường riêng biệt của mình, bởi chính sự hiện diện duy nhất ấy của bạn là một món quà vô giá, có khả năng tạo nên những rung động diệu kỳ và xoay chuyển tâm thức của những người xung quanh.

Khi những trang viết dần tìm thấy sự đồng điệu nơi mỗi tâm hồn, trong tôi lại bùng lên ngọn lửa nhiệt huyết thuở ban sơ, thứ ánh sáng đã soi đường cho sự ra đời của cuốn sách này. Vượt xa khỏi những dòng tư tưởng hay chuyện kể thông thường, nơi đây kết tinh sức mạnh của sự thấu cảm và sự trù phú của những mối nhân duyên. Sự cộng hưởng kỳ diệu này như lời nhắc nhở rằng, dù ngăn cách bởi vạn dặm xa xôi, chúng ta vẫn đang cùng nhau viết nên một chương hồi nhân loại lớn lao và bất tận.

Nhìn về phía trước, lòng tôi nhẹ nhõm một niềm vui khi nghĩ về những hành trình tự hoàn thiện mình vẫn còn đang vẫy gọi. Cuộc gặp gỡ với Daniel tại Singapore không hẳn là một dấu chấm hết, mà giống như một sự chuyển giao khéo léo để mở ra một trang đời mới. Tôi tin rằng những giấc mơ ta hằng ấp ủ, những gắn kết ta dày công vun đắp và cả những lối đi được khai mở bằng ý chí, sau cùng đều sẽ đưa ta về đúng bến đỗ của mình. Cuộc hội ngộ ấy không phải là điểm dừng chân, mà là một sự tiếp nối, một lời nhắc nhở dịu dàng rằng cuộc sống vẫn luôn dành sẵn món quà cho những ai biết mở lòng đón nhận.

Cảm ơn bạn đã hiện diện và bước cùng tôi trên chặng đường này. Nguyện cầu cho những bài học ẩn sau mỗi trang sách sẽ thắp lên trong bạn ngọn lửa tò mò và niềm đam mê học hỏi suốt đời, giống như cách chúng đã sưởi ấm tâm hồn tôi.

Nếu cuốn sách này tình cờ tìm đến bạn và gợi lên một thanh âm đồng điệu nào đó trong lòng, tôi sẽ rất trân trọng khi được lắng nghe những tâm tư ấy từ bạn. Bạn có thể gửi tin nhắn cho tôi qua địa chỉ email letters.csillaphan@proton.me.

Giới Thiệu Tác Giả

Csilla Phan sinh ra tại Hungary, mang trong mình dòng máu Việt, và là công dân Anh Quốc. Chị xuất bản cuốn sách này lần đầu năm 2024, ở tuổi hai mươi lăm.

Lớn lên giữa nhiều ngôn ngữ và nhiều nền văn hóa, Csilla chưa bao giờ có một "lẽ thường" duy nhất để dựa vào. Không có một nền tảng thừa hưởng sẵn nào nói với chị rằng thế giới vận hành như thế này, con người nên sống như thế kia. Thay vào đó, chị buộc phải quan sát. Buộc phải đặt câu hỏi từ gốc rễ. Buộc phải thành thật theo cách mà chỉ những người đứng giữa nhiều thế giới mới hiểu được, vì không có thế giới nào trong số đó hoàn toàn là của mình.

Di Sản Tư Duy không được viết ra từ nơi tác giả đã đến. Nó được viết từ giữa hành trình, khi những câu hỏi còn đang sống, trước khi chúng kịp trở nên gọn gàng. Đó là lý do cuốn sách này không truyền đạt sự thông thái từ trên cao xuống. Nó ngồi xuống bên cạnh bạn. Nó suy nghĩ cùng bạn.

Cuốn sách được xuất bản độc lập và phát hành toàn cầu. Ấn bản tiếng Việt, được in tại Việt Nam, là lần đầu tiên tác phẩm này được đặt vào tay người đọc tại mảnh đất mà một phần dòng máu của tác giả bắt nguồn từ đó. Đó là một hành động trở về.

Chị tiếp tục di chuyển giữa các quốc gia. Tiếp tục viết.

www.ingramcontent.com/pod-product-compliance
Lightning Source LLC
La Vergne TN
LVHW060549061026
849523LV00002B/444
9781919439327